เดอะ สุดยอด อำนาจของ อวยพร

ริชาร์ด บรันตัน

สุดยอด อำนาจของ อวยพร

จัดพิมพ์โดย Richard Brunton Ministries
นิวซีแลนด์

© 2023 ริชาร์ด บรันตัน

พิมพ์ครั้งที่สาม

การแก้ไข:

ขอขอบคุณเป็นพิเศษสำหรับ Joanne Wiklund และ Andrew Killick ที่ทำให้เรื่องราวน่าอ่านมากขึ้นกว่าที่เคยเป็นมา!

การอ้างอิงพระคัมภีร์นำมาจาก New King James Version®
ลิขสิทธิ์ © 1982 โดย Thomas Nelson, Inc.
ใช้โดยได้รับอนุญาต สงวนลิขสิทธิ์.

สงวนลิขสิทธิ์

ห้ามทำซ้ำส่วนหนึ่งส่วนใดของสิ่งพิมพ์นี้
เก็บไว้ในระบบเรียกคืน หรือส่งต่อในรูปแบบใดๆ
หรือด้วยวิธีการใดๆ ทั้งทางอิเล็กทรอนิกส์ ทางกล
การถ่ายเอกสาร การบันทึก หรืออื่นๆ
โดยไม่ได้รับอนุญาตเป็นลายลักษณ์อักษรล่วงหน้าจากผู้จัดพิมพ์

2

เนื้อหา

คำนำ 5

บทนำ 8

ตอนที่ 1 ทำไมต้องอวยพร? 11

ข้อมูลเชิงลึก 12

พลังของการพูดของเรา 14

เปลี่ยนจากการพูดดีเป็นการอวยพร 16

การอวยพรของคริสเตียนคืออะไร? 17

อำนาจทางวิญญาณของเรา 20

ส่วนที่สอง: ทำอย่างไร 27

หลักการสำคัญบางประการ 28

ทำให้ปากสะอาดเป็นไลฟ์สไตล์ 28

ถามพระวิญญาณบริสุทธิ์ว่าจะพูดอะไร 28

พรแตกต่างจากการขอร้อง 28

อย่าตัดสิน 29

ตัวอย่างที่จะอธิบาย 31

สถานการณ์ต่าง ๆ ที่เราอาจเผชิญ 31

อวยพรผู้ที่ประณามหรือสาปแช่งคุณ 32

3

อวยพรผู้ที่ทำร้ายหรือปฏิเสธคุณ	37
อวยพรผู้ที่ยั่วยุคุณ	37
อวยพรแทนการสาปแช่งตัวเราเอง	38
ปากของพร	38
อวยพรจิตใจ	39
อวยพรร่างกายของเรา	40
อวยพรบ้านของคุณ การแต่งงานและลูก ๆ	44
คำอวยพรจากพ่อ	50
อวยพรผู้อื่นโดยการปล่อยผู้เผยพระวจนะ	54
อวยพรสถานที่ทำงานของคุณ	55
อวยพรชุมชน	57
พรแผ่นดิน	58
อวยพรพระเจ้า	59
คำพูดสุดท้ายจากผู้อ่าน	60
คำพูดสุดท้ายจากผู้เขียน	60
แอพพลิเคชั่น	61
จะเป็นคริสเตียนได้อย่างไร	62

คำนำ

ฉันขอแนะนำให้คุณอ่านหนังสือเล่มเล็กๆ เล่มนี้พร้อมข้อความที่ทรงพลัง คุณจะเปลี่ยนไป!

ฉันถ่ายข้อความของเขาไปแสดงที่ค่ายชายของคริสตจักรของเรา ผู้ชายที่อยู่ที่นั่นคิดว่ามันดีมาก พวกเขาต้องการให้ทั้งคริสตจักรได้ยิน ผู้คนเริ่มนำไปปฏิบัติในทุกด้านของชีวิต และเราได้ยินประจักษ์พยานอันน่าทึ่งในผลลัพธ์ นักธุรกิจคนหนึ่งรายงานว่าธุรกิจของเขาเปลี่ยนจาก 'ไม่มีกำไร' ภายในสองสัปดาห์ คนอื่นๆ ได้รับการรักษาทางร่างกายเมื่อพวกเขาเริ่มให้พรร่างกายของพวกเขา

โอกาสอื่น ๆ ที่จะได้ยินข้อความนี้เริ่มเปิดขึ้น ฉันต้องพูดในงานชุมนุมของนายพล (ซึ่งศิษยาภิบาลของคริสตจักรมารวมตัวกันเพื่อเรียนรู้และรับการฟื้นฟู) ในเคนยาและยูกันดา ริชาร์ดร่วมเดินทางกับข้าพเจ้าและร่วมให้พร ข้อความที่ทำลายความว่างเปล่าและความเจ็บปวดที่ถูกฝังไว้นาน ผู้ชมส่วนใหญ่ไม่เคยได้รับพรจากบิดาของพวกเขา และเมื่อริชาร์ดยืนอยู่ในบทบาทนั้นและให้พรแก่พวกเขา หลายคนร้องไห้และได้รับการปลดปล่อยทางอารมณ์และจิตวิญญาณพร้อมกับการเปลี่ยนแปลงในชีวิตของพวกเขาในทันที

การรู้วิธีให้พรส่งผลต่อชีวิตฉันจนถึงจุดที่ตอนนี้มองหาโอกาสที่จะเป็นพรแก่ผู้อื่นด้วย 'คำพูดและการกระทำ' ผ่านสิ่งที่ฉันพูดและทำ คุณจะเพลิดเพลินกับหนังสือเล่มเล็กๆ

นี้ และถ้าคุณนำไปใช้กับชีวิตของคุณ
ความอุดมสมบูรณ์ของคุณจะมีมากมายและล้นสำหรับอาณาจักรของพระเจ้า

เจฟฟ์ วิคลันด์

Geoff Wiklund พันธกิจ
อดีตประธานผู้รักษาสัญญา
โอ๊คแลนด์ นิวซีแลนด์

พระผู้เป็นเจ้าทรงอวยพรริชาร์ดด้วยการเปิดเผยถึงพลังแห่งการอวยพรเมื่อประทานแก่ผู้อื่น
ฉันเชื่อว่านี่คือการเปิดเผยจากพระเจ้าในยุคของเรา

เมื่อริชาร์ดถ่ายทอดข้อความของเขา
สิ่งนี้นำมาซึ่งความจริงใจที่ผู้คนเกี่ยวข้องในทันที

สิ่งนี้ทำให้เราเชิญริชาร์ดไปพูดในงานกิจกรรมของชายผู้รักษาสัญญาทั้งหมดของเรา
ผลกระทบนั้นทรงพลังอย่างมากและเปลี่ยนแปลงชีวิตคนจำนวนมาก

'การอวยพร' เป็นหัวข้อที่เข้าถึงและคว้าใจผู้ชายในงาน Promise Keepers
มีการตอบรับเชิงบวกอย่างมากต่อคำสอนที่สำคัญนี้ –
การให้พร การให้พร และพลังของ 'การพูดที่ดี'
ผู้ชายหลายคน ไม่เคยได้รับพรหรือมอบให้ผู้อื่นอย่างแท้จริง
หลังจากได้ยินข่าวสารของริชาร์ดและอ่านหนังสือเล่มนี้
พวกเขาได้รับพรอันทรงพลังและพร้อมที่จะให้พรผู้อื่นในพระนามของพระบิดา พระบุตร และพระวิญญาณบริสุทธิ์

ฉันขอยกย่องริชาร์ดและหนังสือเรื่อง The Awesome
Power of Blessing
เล่มนี้ว่าเป็นวิธีที่ทรงพลังในการปลดปล่อยพรอันบริบูรณ์ของ
พระเจ้าในครอบครัวของเรา ชุมชนของเรา
และประเทศชาติของเรา

    พอล ซูบริทซกี้
    อดีตผู้อำนวยการแห่งชาติ ผู้รักษาสัญญา
    โอ๊คแลนด์ นิวซีแลนด์
    บทนำ

บทนำ

ใครๆ ก็ชอบที่จะได้ยินข่าวที่น่าตื่นเต้น และจะดียิ่งขึ้นไปอีกเมื่อคุณได้บอกมัน!

เมื่อฉันค้นพบคุณค่าของการให้พร ก็เหมือนกับว่าฉันเป็นคนในพระคัมภีร์ที่ค้นพบขุมทรัพย์ในทุ่ง ฉันแบ่งปันความคิดและประสบการณ์ของฉันกับบาทหลวง Geoff Wiklund อย่างกระตือรือร้น และเขาขอให้ฉันพูดคุยกับผู้ชายจากคริสตจักรของเขาที่ค่ายในเดือนกุมภาพันธ์ 2015 พวกเขาประทับใจมากจนอยากให้ทั้งคริสตจักรได้ยินข้อความนี้

เมื่อฉันพูดที่โบสถ์ สาธุคุณ Brian France แห่ง Charisma Christian Ministries และ Paul Subritzky แห่ง Promise Keepers NZ เข้าร่วมในวันนั้น สิ่งนี้ส่งผลให้ฉันแบ่งปันข้อความที่ Charisma ในนิวซีแลนด์และในฟิจิ และถึงผู้ชายที่ Promise Keepers ด้วย หลายคนยึดถือและเริ่มนำไปใช้ทันทีด้วยผลลัพธ์ที่ยอดเยี่ยม บางคนแสดงความคิดเห็นว่าพวกเขาไม่เคยได้ยินคำสอนเกี่ยวกับอาณาจักรของพระเจ้าในด้านนี้มาก่อน

การปฏิบัติศาสนกิจให้พรดูเหมือนก้อนหิมะ (พระเจ้าตรัสไม่ใช่หรือว่า 'ของขวัญจากมนุษย์จะทำให้มีที่ว่างสำหรับเขา'?) ในช่วงปลายปี 2015 ฉันไปกับบาทหลวงเจฟฟ์ที่เคนยาและยูกันดา เขาปฏิบัติศาสนกิจกับศิษยาภิบาลหลายร้อยคนที่เข้าร่วมการชุมนุมของนายพล

นี่เป็นงานประจำปีที่ตัวแทนแสวงหาการดลใจและการสนับสนุน และเจฟฟ์รู้สึกว่าการสอนเรื่องการให้พรของข้าพเจ้าจะเป็นประโยชน์สำหรับพวกเขา และมันก็กลายเป็น
ไม่ใช่แค่ศิษยาภิบาลเท่านั้น แต่วิทยากรคนอื่นๆ จากอเมริกา ออสเตรเลีย
และแอฟริกาใต้รู้สึกว่านี่เป็นข่าวสารที่ทรงพลังและกระตุ้นให้ฉันทำบางสิ่งเพื่อเข้าถึงผู้ฟังที่กว้างขึ้น

ฉันไม่ต้องการสร้างและดูแลเว็บไซต์
หรือเขียนงานเชิงลึกเมื่อมีเว็บไซต์ที่ยอดเยี่ยมอื่นๆ อยู่แล้ว ข้อความของการให้พรนั้นเรียบง่ายมาก – นำไปปฏิบัติได้ง่าย – และฉันไม่ต้องการให้ความเรียบง่ายหายไปในความซับซ้อน – ด้วยเหตุนี้หนังสือเล่มเล็กๆ เล่มนี้

ฉันได้อ้างอิงคำพูดจาก The Power of Blessing โดย Kerry Kirkwood, The Grace Outpouring: Becoming a People of Blessing โดย Roy Godwin และ Dave Roberts, The Father's Blessing โดย Frank Hammond และ The Miracle and Power of Blessing โดย Maurice Berquist ฉันแน่ใจว่าฉันได้วาดหรือเรียนรู้จากคนอื่นและหนังสืออื่นๆ เช่นกัน แต่ในช่วงหลายปีที่ผ่านมา ทุกอย่างก็รวมเข้าด้วยกัน

การค้นพบพลังแห่งพระพรจะเปิดแนวทางใหม่ในการใช้ชีวิตให้กับทุกคนที่ทำตามนั้น
ฉันอวยพรผู้คนส่วนใหญ่ในปัจจุบัน ทั้งผู้เชื่อและผู้ไม่เชื่อ ในร้านกาแฟ ร้านอาหาร โรงแรม ห้องรับรอง
และแม้แต่ตามท้องถนน ฉันได้อวยพรเด็กกำพร้า
เจ้าหน้าที่สถานเลี้ยงเด็กกำพร้า แอร์โฮสเตสบนเครื่องบิน สวนผลไม้ สัตว์ กระเป๋าเงิน ธุรกิจ และเงื่อนไขทางการแพทย์ ข้าพเจ้ามีชายหญิงจำนวนมากขึ้นร้องไห้คร่ำครวญขณะที่ข้าพเจ้าประกาศพรจากบิดาเหนือพวกเขา

เมื่อพูดกับผู้ที่ไม่เชื่อ ฉันพบว่า
'ฉันขออวยพรคุณ/ธุรกิจของคุณ/การแต่งงานของคุณ ฯลฯ
ได้ไหม' นั้นน่ากลัวน้อยกว่า 'ฉันขออธิษฐานเผื่อคุณได้ไหม'
จริงๆ แล้ว วิธีการง่ายๆ
ที่แสดงด้วยความห่วงใยด้วยความรักนี้นำไปสู่หนึ่งใน
สมาชิกในครอบครัวของฉันได้รู้จักความรักและเดชานุภาพแ
ห่งการช่วยให้รอดของพระเยซูคริสต์
หลังจากโต้เถียงกันหลายปี

ฉันมักจะไม่เห็นผลลัพธ์
แต่ฉันเห็นมากพอที่จะรู้ว่าพรเปลี่ยนแปลงชีวิต
และมันได้เปลี่ยนของฉันด้วย

เป็นธรรมชาติของพระเจ้าที่จะอวยพร
และในฐานะสิ่งมีชีวิตที่สร้างขึ้นตามพระฉายาของพระองค์
ก็อยู่ใน DNA ฝ่ายวิญญาณของเราเช่นกัน
พระวิญญาณบริสุทธิ์กำลังรอให้คนของพระเจ้าก้าวออกมาด้วย
ความเชื่อและในสิทธิอำนาจที่พระเยซูคริสต์ได้รับเพื่อเปลี่ยนแ
ปลงชีวิต

ฉันแน่ใจว่าคุณจะพบว่าหนังสือเล่มนี้มีประโยชน์
พระเยซูไม่ได้ปล่อยให้เราหมดหนทาง
การพูดให้พรในทุกสถานการณ์เป็นพระคุณทางวิญญาณที่ถูกล
ะเลยซึ่งมีศักยภาพในการเปลี่ยนแปลงโลกของคุณ

    สนุก.
    ริชาร์ด บรันตัน

ส่วนที่หนึ่ง;

ทำไมต้องอวยพร?
ข้อมูลเชิงลึก

ข้อมูลเชิงลึก

Nicole ภรรยาของผมเป็นชาวนิวแคลิโดเนีย แน่นอนว่านั่นหมายความว่าผมจำเป็นต้องเรียนรู้ที่จะพูดภาษาฝรั่งเศสและใช้เวลาพอสมควรในบ้านเกิดของเธอ นูเมอา แม้ว่านิวแคลิโดเนียส่วนใหญ่เป็นประเทศคาทอลิก แต่ไม่นานมานี้ฉันสังเกตเห็นว่าหลายคนยังคงติดต่อกับ 'ด้านมืด' ในขณะที่ยังนับถือศาสนาของพวกเขาด้วย ไม่ใช่เรื่องแปลกที่ผู้คนจะไปหาคนทรง ผู้มีญาณทิพย์ หรือ *Guérisseur* โดยไม่เข้าใจว่าแท้จริงแล้วพวกเขากำลังปรึกษาเรื่องคาถาอาคม

ฉันจำได้ว่าภรรยาของฉันพาฉันไปเยี่ยมหญิงสาววัยยี่สิบของเธอซึ่งถูกพาไปหาหนึ่งใน 'ผู้รักษา' เหล่านี้ แต่หลังจากนั้นไม่นานเธอก็ต้องไปอยู่ในบ้านสำหรับผู้ที่มีปัญหาทางจิตใจหรือซึมเศร้า เมื่อฉันเข้าใจว่าเธอเป็นคริสเตียน ฉันจึงสั่งให้ปีศาจที่สิงอยู่ในตัวเธอไป ในนามของพระเยซูคริสต์ บาทหลวงคาทอลิกสวดอ้อนวอนเช่นกัน และระหว่างเราเด็กหญิงคนนี้ก็ได้รับการปล่อยตัวและถูกปลดออกจากสถาบันหลังจากนั้นไม่นาน

บางคนนับถือศาสนาคาทอลิกและยังแสดงรูปปั้นหรือสิ่งประดิษฐ์ของเทพเจ้าอื่น ๆ อย่างเปิดเผย มีชายคนหนึ่งที่ฉันพบซึ่งมีปัญหาเกี่ยวกับท้องอย่างต่อเนื่อง วันหนึ่งฉันบอกเขาว่าฉันเชื่อว่าถ้าเขากำจัดพระพุทธรูปองค์ใหญ่อ้วนพีที่หน้าบ้านของเขาซึ่งสว่างไสวไปหมดในตอนกลางคืน ปัญหาท้องของเขาจะยุติลง นอกจากนี้สิ่งประดิษฐ์บางอย่างที่เขารวบรวมได้จำเป็นต้องไป

เขาต่อต้าน - สิ่งที่ 'ตาย' เหล่านี้จะทำให้เขาป่วยได้อย่างไร? ผ่านไปหลายเดือนฉันก็พบเขาอีกครั้งและถามว่าท้องของเขาเป็นอย่างไรบ้าง เขาตอบอย่างเขินอายว่า
'ในที่สุดฉันก็ทำตามคำแนะนำของคุณและกำจัดพระพุทธเจ้า ตอนนี้ท้องของฉันสบายดี'

ครั้งหนึ่งฉันถูกขอให้ไปที่บ้านของหญิงที่เป็นมะเร็ง ก่อนที่ฉันจะเริ่มสวดมนต์
ฉันแนะนำให้พวกเขากำจัดพระพุทธรูปในห้องรับรองของพวกเขา ซึ่งสามีของเธอก็ทำตามทันที
ขณะที่ฉันสาปแช่งเธอและสั่งให้ปีศาจออกไปในนามของพระเยซู
เธอบรรยายถึงความเย็นเยียบที่เคลื่อนตัวขึ้นจากเท้าและจากศีรษะไป

ดังนั้น ด้วยภูมิหลังนี้ ฉันตัดสินใจสอนเรื่อง 'คำสาป' ให้กับกลุ่มสวดมนต์ที่ฉันและภรรยาเริ่มต้นขึ้นในอพาร์ทเมนต์นูเมอาของเรา การสอนขึ้นอยู่กับผลงานของดีเร็ก พรินซ์ (ดีเร็ก พรินซ์เป็นครูสอนพระคัมภีร์ที่มีชื่อเสียงในศตวรรษที่ 20) ขณะที่ฉันเตรียมข้อความเป็นภาษาฝรั่งเศส
ฉันได้เรียนรู้ว่าคำสาปแช่งของพวกเขาเป็นคำที่ไม่เหมาะสม และคำอวยพรของพวกเขาคือคำอวยพร
รากศัพท์ของคำเหล่านี้คือ 'พูดไม่ดี' และ 'พูดดี'

เมื่อก่อน เมื่อฉันเปรียบเทียบการสาปแช่งและการให้พร
การสาปแช่งดูมืดมน หนักหนาและอันตราย
และการอวยพรดูเบาบางและไม่เป็นพิษเป็นภัย
ฉันเคยได้ยินคำสอนเกี่ยวกับการสาปแช่งมาก่อน
แต่ไม่เคยได้รับพรเลย – ซึ่งอาจมีส่วนในการรับรู้ของฉัน
ฉันยังไม่เคยได้ยินใครให้พรผู้อื่นด้วยความตั้งใจจริงและผลก

ระทบ อันที่จริง การให้พรของคริสเตียนอาจหมายถึงการพูดว่า 'อวยพรคุณ' เมื่อมีคนจาม หรือเขียน 'คำอวยพร' ต่อท้ายจดหมายหรืออีเมล ราวกับว่ามันเกือบจะเป็นนิสัยมากกว่าสิ่งที่ตั้งใจ

ต่อมา ขณะที่ฉันคิดถึงคำเหล่านี้ 'การมุ่งร้าย' และ 'การอวยพร' ฉันคิดขึ้นว่าถ้า 'การพูดไม่ดี' มีพลัง ดังนั้น 'การพูดที่ดี' ก็ควรมีพลังอย่างน้อยพอๆ กัน และสำหรับพระเจ้าแล้วน่าจะทรงพลังกว่ามาก !

การเปิดเผยนี้พร้อมกับข้อคิดอื่นๆ ที่เราจะพูดถึงในภายหลัง ทำให้ฉันค้นพบพลังแห่งการให้พร

พลังของการพูดของเรา

ไม่อยากพูดซ้ำถึงสิ่งที่หนังสือดีๆ หลายเล่มพูดถึงพลังของคำพูดของเรา ฉันต้องการสรุปสิ่งที่ฉันคิดว่าสำคัญมากในด้านนี้

เรารู้ว่า:

ความตายและชีวิตอยู่ในอำนาจของลิ้นและผู้ที่รักมันจะกินผลของมัน (สุภาษิต 18:21)

คำพูดมีพลังมหาศาล ไม่ว่าจะเป็นเชิงบวกและสร้างสรรค์ หรือเชิงลบและทำลายล้าง แต่ละครั้งที่เราพูดคำต่างๆ (และแม้แต่ใช้น้ำเสียงเฉพาะ ซึ่งเพิ่มความหมายให้กับคำนั้น) เราพูดทั้งชีวิตและความตายต่อผู้ที่ได้ยินเราและตัวเราเอง นอกจากนี้ เรารู้ว่า:

ปากก็พูดออกมาจากใจที่เต็มเปี่ยม
คนดีย่อมเอาของดีมาจากคลังดีแห่งใจ
คนชั่วย่อมเอาของชั่วมาจากคลังชั่ว (มัทธิว 12:34-35)

ดังนั้น จากใจที่วิพากษ์จึงพูดภาษาวิพากษ์ จากใจที่อหังการ ลิ้นที่ตัดสิน ใจอกตัญญู ลิ้นบ่น และอื่น ๆ ในทำนองเดียวกัน ใจที่ตัณหาก็ให้ผลตามนั้น โลกเต็มไปด้วยคำพูดเชิงลบ สื่อก็ประโคมข่าวทุกวัน โดยธรรมชาติของมนุษย์เรามักจะไม่พูดดีกับคนอื่นหรือสถานการณ์ ดูเหมือนจะไม่เป็นธรรมชาติสำหรับเรา เรามักจะรอจนกว่าผู้คนจะตายก่อนที่จะพูดสิ่งดีๆ เกี่ยวกับพวกเขา อย่างไรก็ตาม 'ขุมทรัพย์อันดี' นั้นเกิดจากใจรักที่จะพูดด้วยภาษาที่สุภาพ จากใจที่สงบสุข ลิ้นที่คืนดีกัน และอื่น ๆ

คำกล่าวที่ว่า 'และบรรดาผู้ที่รักมัน จะได้กินผลของมัน' บ่งบอกว่า เราจะเก็บเกี่ยวสิ่งที่เราหว่าน
ไม่ว่ามันจะดีหรือไม่ดีก็ตาม
กล่าวอีกนัยหนึ่งคุณจะได้รับสิ่งที่คุณพูด
คุณคิดอย่างไรกับสิ่งนั้น?

สิ่งนี้เป็นความจริงสำหรับมนุษย์ทุกคน
ไม่ว่าพวกเขาจะมีความเชื่อแบบคริสเตียนหรือไม่ก็ตาม คริสเตียนและผู้ที่ไม่ใช่คริสเตียนสามารถพูดถ้อยคำแห่งชีวิตได้เหมือนกัน ตัวอย่างเช่น อาจพูดว่า: 'ลูกเอ๋ย นั่นเป็นกระท่อมหลังใหญ่ที่คุณสร้างขึ้น คุณอาจเป็นช่างก่อสร้างหรือสถาปนิกที่ยอดเยี่ยมได้ในสักวันหนึ่ง ทำได้ดี.'

อย่างไรก็ตาม คริสเตียนที่บังเกิดใหม่มีหัวใจใหม่
พระคัมภีร์กล่าวว่าเราเป็น 'สิ่งที่ถูกสร้างใหม่' (2 โครินธ์ 5:17)
ดังนั้น ในฐานะคริสเตียน
เราควรทำดีมากขึ้นและพูดไม่ดีให้น้อยลง
เราอาจกลายเป็นคนคิดลบได้ง่ายหากเราไม่ระวังรักษาใจและ
คำพูดของเรา เมื่อคุณเริ่มคิดเกี่ยวกับเรื่องนี้อย่างมีสติ
คุณจะแปลกใจที่คริสเตียนด่าตัวเองและคนอื่นโดยไม่รู้ตัวบ่อย
แค่ไหน เพิ่มเติมเกี่ยวกับเรื่องนั้นในภายหลัง

เปลี่ยนจากการพูดดีเป็นการอวยพร:
การทรงเรียกของเรา

ในฐานะคริสเตียน
ด้วยชีวิตของพระเยซูเจ้าที่ไหลผ่านเราไป
เราสามารถทำมากกว่าแค่การพูดที่ดี
เราสามารถพูดและให้พระพรเหนือผู้คนหรือสถานการณ์ต่างๆ
และแน่นอนว่าเราถูกเรียกให้ทำเช่นนั้น
บางทีการให้พรอาจเป็นการเรียกที่ยิ่งใหญ่ของเรา
อ่านต่อไปนี้:

มีใจอ่อนโยน มีมารยาท;
ไม่ทำความชั่วตอบแทนความชั่วหรือด่าว่าด้วยการประจาน
แต่ตรงกันข้ามให้พรโดยรู้ว่าท่านถูกเรียกให้ทำสิ่งนี้
เพื่อท่านจะได้พรเป็นมรดก (1 เปโตร 3:8-9)

เราถูกเรียกให้อวยพรและรับพร

สิ่งแรกที่พระเจ้าตรัสกับอาดัมและเอวาคือพระพร:

แล้วพระเจ้าทรงอวยพรพวกเขา
และพระเจ้าตรัสแก่พวกเขาว่า 'จงมีลูกดกทวีมากขึ้น
ให้เต็มแผ่นดินและปราบมัน...' (ปฐมกาล 1:28)

พระเจ้าอวยพรให้พวกเขาเกิดผล
การอวยพรเป็นคุณลักษณะของพระเจ้า –
นั่นคือสิ่งที่พระองค์ทำ! เช่นเดียวกับพระเจ้า – และจากพระเจ้า
– เราก็มีอำนาจและอำนาจที่จะเป็นพรแก่ผู้อื่นเช่นกัน

พระเยซูอวยพร สิ่งสุดท้ายที่พระองค์ทำ
แม้ในขณะที่พระองค์กำลังจะเสด็จขึ้นสู่สวรรค์
คืออวยพรเหล่าสาวกของพระองค์:

พระองค์ทรงนำพวกเขาออกไปไกลถึงหมู่บ้านเบธานี
และทรงยกพระหัตถ์อวยพรพวกเขา
ต่อมาขณะที่พระองค์ทรงอวยพรพวกเขาอยู่นั้น
พระองค์ก็ทรงแยกจากพวกเขาและถูกรับขึ้นไปบนสวรรค์
(ลูกา 24:50-51)

พระเยซูเป็นแบบอย่างของเรา
พระองค์ตรัสว่าเราควรทำสิ่งเดียวกันกับที่พระองค์ทำ
ในพระนามของพระองค์
เราได้รับการออกแบบโดยพระเจ้าเพื่ออวยพร

การอวยพรของคริสเตียนคืออะไร?

ในพันธสัญญาเดิม คำว่า 'พร' เป็นคำภาษาฮีบรู barak
นี่หมายความง่ายๆ ว่า 'พูดเจตนาของพระเจ้า'

ในพันธสัญญาใหม่ คำว่า 'การอวยพร' เป็นคำภาษากรีก eulogia ซึ่งเราได้รับคำว่า 'eulogy' ดังนั้น ในทางปฏิบัติ นี่หมายถึง 'การพูดถึงความดี' หรือ 'การพูดถึงความตั้งใจและความโปรดปรานของพระเจ้า' ต่อบุคคล

นั่นคือคำนิยามของการอวยพรที่ผมจะใช้กับหนังสือเล่มนี้ การอวยพรคือการพูดถึงความตั้งใจหรือความโปรดปรานของพระเจ้าที่มีต่อบางคนหรือบางสถานการณ์

โดยส่วนใหญ่แล้วในพระปรีชาญาณของพระองค์ พระเจ้าได้ทรงตัดสินพระทัยที่จะจำกัดงานของพระองค์บนโลก ไว้เพียงสิ่งที่พระองค์สามารถทำได้ผ่านผู้คนของพระองค์ นี่คือวิธีที่พระองค์ทรงนำอาณาจักรของพระองค์มาสู่แผ่นดินโลก ดังนั้น พระองค์ต้องการให้เราอวยพรแทนพระองค์ ดังนั้น ในฐานะคริสเตียน ฉันสามารถพูดถึงความตั้งใจหรือความโปรดปรานของพระเจ้า ที่มีต่อบางคนหรือบางสถานการณ์ในนามของพระเยซู ถ้าฉันทำอย่างนั้นด้วยศรัทธาและความรัก ฉันก็จะมีพลังแห่งสวรรค์อยู่เบื้องหลังสิ่งที่ฉันพูด และฉันคาดหวังได้ว่าพระเจ้าจะทรงเปลี่ยนแปลงสิ่งต่างๆ จากที่ที่พวกเขาอยู่ ไปสู่ที่ที่พระองค์ต้องการให้เป็น เมื่อฉันอวยพรใครสักคนด้วยความตั้งใจ ด้วยความรักและศรัทธา ฉันทำให้พระเจ้าทรงทำให้แผนการของพระองค์สำหรับคนนั้น เป็นจริงได้

ในทางกลับกัน บางคนอาจพูดเจตนาของซาตานเหนือใครบางคนหรือแม้แต่ตั

วพวกเขาเองโดยเจตนาหรือโดยไม่ได้ตั้งใจ
ซึ่งทำให้พลังปีศาจเปิดใช้แผนการของพวกเขาสำหรับบุคคลนั้
น นั่นคือการขโมย ฆ่า และทำลาย แต่สรรเสริญพระเจ้า

*พระองค์ผู้ทรงสถิตในท่านเป็นใหญ่กว่าผู้นั้นที่อยู่ในโลก
(1 ยอห์น 4:4)*

เป็นหัวใจของพระเจ้าที่จะอวยพร -
แท้จริงแล้วธรรมชาติของพระองค์!
ความปรารถนาของพระเจ้าที่จะอวยพรนั้นฟุ่มเฟือยจนน่าตกใ
จ ไม่มีสิ่งใดสามารถหยุดพระองค์ได้
พระองค์มุ่งมั่นที่จะอวยพรมนุษยชาติ
ความปรารถนาของเขาคือพระเยซูจะมีพี่น้องมากมาย
นั่นคือเรา! ถึงกระนั้น
แม้ว่าพระเจ้าจะทรงอวยพรมวลมนุษยชาติ
แต่พระองค์ทรงปรารถนายิ่งกว่านั้นที่ผู้คนของพระองค์จะอวย
พรแก่กันและกัน

เมื่อเราอวยพรในนามของพระเยซู
พระวิญญาณบริสุทธิ์จะเสด็จมาเพราะเรากำลังสะท้อนถึงบางสิ่งที่
พระบิดากำลังทำ – เรากำลังพูดคำที่พระบิดาทรงปรารถนาให้พูด
ฉันประหลาดใจอยู่เสมอว่านี่เป็นความจริงเพียงใด
เมื่อฉันให้พรใครสักคน พระวิญญาณบริสุทธิ์เข้ามาเกี่ยวข้อง –
เขาสัมผัสอีกฝ่ายหนึ่ง ความรักถูกปลดปล่อย และสิ่งต่างๆ
เปลี่ยนไป บ่อยครั้งที่ผู้คนกอดฉันหลังจากนั้น
หรือพวกเขาร้องไห้และพูดว่า
'คุณไม่รู้หรอกว่ามันเหมาะสมและทรงพลังแค่ไหน' หรือ
'คุณไม่รู้ว่าฉันต้องการสิ่งนั้นมากแค่ไหน'
แต่นี่คือสิ่งที่สำคัญมากที่ควรทราบ:
เราอวยพรจากสถานที่ที่มีความใกล้ชิดกับพระเจ้า

จากที่ประทับของพระองค์
ความใกล้ชิดทางวิญญาณของเรากับพระเจ้าเป็นสิ่งสำคัญอย่างยิ่ง
คำพูดของเราคือคำพูดของพระองค์และพวกเขาได้รับการเจิมด้วยพลังอำนาจของพระองค์เพื่อให้บรรลุความตั้งใจของพระองค์สำหรับบุคคลหรือสถานการณ์นั้น
แต่ขอสำรองข้อมูลสักหน่อย...

อำนาจทางวิญญาณของเรา

ในพันธสัญญาเดิม
ปุโรหิตต้องอ้อนวอนผู้คนและอวยพรพวกเขา

นี่คือวิธีที่ท่านจะให้พรแก่ลูกหลานของอิสราเอล พูดกับพวกเขา:

พระเจ้าอวยพรคุณและรักษาคุณ

องค์พระผู้เป็นเจ้าทรงทำให้พระพักตร์ของพระองค์ฉายแสงแก่ท่านและทรงกรุณาต่อท่าน

พระเจ้าทรงยกพระพักตร์มาเหนือคุณและประทานสันติสุขแก่คุณ

ดังนั้นพวกเขาจะใส่ชื่อของเราไว้บนลูกหลานของอิสราเอล และเราจะอวยพรพวกเขา (กันดารวิถี 6:23-27)

ในพันธสัญญาใหม่ เราในฐานะคริสเตียนถูกเรียกว่า:

ยุคที่เลือกสรร ฐานะปุโรหิตแห่งราชวงศ์ ชนชาติศักดิ์สิทธิ์ ชนชาติพิเศษของพระองค์

เพื่อท่านจะได้สรรเสริญพระองค์ผู้ทรงเรียกท่านออกจากความมืดไปสู่แสงสว่างอันน่าอัศจรรย์ของพระองค์ (1 เปโตร 2:9)

และพระเยซู

...ทำให้เราเป็นกษัตริย์และเป็นปุโรหิตของพระเจ้าและพระบิดาของพระองค์... (วิวรณ์ 1:6)

เมื่อก่อนนี้ ฉันกำลังนั่งอยู่บน Ouen Toro
ซึ่งเป็นจุดชมวิวใน Noumea
เพื่อหาข้อความที่จะส่งไปที่กลุ่มสวดมนต์
ฉันรู้สึกว่าพระเจ้าตรัสว่า 'คุณไม่รู้ว่าคุณเป็นใคร'
จากนั้น ไม่กี่เดือนต่อมา:
'ถ้าคุณรู้เพียงสิทธิอำนาจที่คุณมีในพระเยซูคริสต์
คุณจะเปลี่ยนแปลงโลกได้'
ข่าวสารทั้งสองนี้มีไว้สำหรับกลุ่มคนโดยเฉพาะ
แต่ฉันมารู้ทีหลังว่ามันก็เพื่อฉันเหมือนกัน

ฉันคิดว่าเป็นที่ทราบกันทั่วไปในแวดวงคริสเตียนว่าการพูดกับโรคหรืออาการโดยตรง ('ภูเขา' – มาระโก 11:23) และการสั่งการรักษานั้นได้ผลดีกว่าการขอให้พระเจ้าทำ (มัทธิว 10:8; มาระโก 16: 17-18).
แน่นอนว่านี่เป็นประสบการณ์ของฉันและประสบการณ์ของผู้มีชื่อเสียงและเป็นที่นับถืออื่นๆ
อีกมากมายที่แข็งขันและประสบความสำเร็จในพันธกิจแห่งการเยียวยาและการปลดปล่อย ฉันเชื่อว่าพระเยซูตรัสว่า
'คุณรักษาคนป่วย (ในนามของเรา) มันไม่ใช่งานของฉัน มันเป็นงานของคุณ ที่คุณทำมัน.'

พระเจ้าต้องการรักษาและพระองค์ต้องการรักษาผ่านเรา
พระเจ้าต้องการปลดปล่อยและพระองค์ต้องการที่จะทำผ่านเรา
พระเจ้าต้องการอวยพรและพระองค์ต้องการที่จะทำผ่านเรา
เราสามารถขอให้พระเจ้าอวยพรหรืออวยพรในนามพระเยซูก็ได้

เมื่อหลายปีก่อน
ฉันจำได้ว่าสละเวลาไปทำงานแต่เช้าเพื่อเป็นพรแก่ธุรกิจของฉัน ฉันเริ่มด้วยคำว่า 'ขอพระเจ้าอวยพร Colmar Brunton' มันให้ความรู้สึกเรียบๆ จากนั้นฉันก็เปลี่ยน -
ค่อนข้างขี้อายในตอนแรก - จาก 'God bless Colmar Brunton' เป็น:

กอลมาร์ บรันตัน ข้าพเจ้าอวยพรท่านในนามของพระบิดา พระบุตร และพระวิญญาณบริสุทธิ์

ฉันอวยพรคุณในโอ๊คแลนด์ และอวยพรคุณในเวลลิงตัน และอวยพรคุณในภูมิภาคต่างๆ

ฉันอวยพรคุณที่ทำงานและฉันอวยพรที่บ้าน

เราปลดปล่อยอาณาจักรของพระเจ้า ณ ที่แห่งนี้

พระวิญญาณบริสุทธิ์เสด็จมา ยินดีต้อนรับคุณที่นี่

ฉันปลดปล่อยความรัก ความชื่นชมยินดี สันติสุข ความอดทน ความเมตตา ความดี ความอ่อนโยน ความซื่อสัตย์ การควบคุมตนเองและความสามัคคี

ในนามของพระเยซู
ฉันปลดปล่อยความคิดจากอาณาจักรของพระเจ้าที่จะช่วยให้ลูกค้าของเราประสบความสำเร็จและทำให้โลกนี้น่าอยู่ขึ้น

ฉันปล่อยความโปรดปรานในตลาดของลูกค้า

ฉันได้รับความโปรดปรานในตลาดการจ้างงาน

ฉันอวยพรวิสัยทัศน์ของเรา: 'ธุรกิจที่ดีกว่า โลกที่ดีกว่า' ในนามพระเยซู อาเมน

เมื่อรู้สึกว่าถูกนำ
ฉันจะทำสัญลักษณ์ไม้กางเขนที่ทางเข้าและใช้การปกป้องทางวิญญาณจากพระโลหิตของพระเยซูเหนือธุรกิจของเรา

ตั้งแต่วินาทีที่ฉันเปลี่ยนจาก 'ขอให้พระเจ้าอวยพร Colmar Brunton' เป็น 'ฉันอวยพร Colmar Brunton ในนามของพระบิดา พระบุตร และพระวิญญาณบริสุทธิ์'
การเจิมของพระเจ้าก็ตกอยู่กับฉัน -
ฉันรู้สึกถึงความพอพระทัยและการยืนยันของพระเจ้า
เหมือนกับว่าพระองค์กำลังตรัสว่า ‘เข้าใจแล้ว ลูกเอ๋ย;
นั่นคือสิ่งที่ฉันต้องการให้คุณทำ’
แม้ว่าตอนนี้ฉันต้องทำหลายร้อยครั้งแล้ว
แต่ฉันก็ยังรู้สึกพอพระทัยในสิ่งนั้นเสมอ และผลลัพธ์?
บรรยากาศในสำนักงานเปลี่ยนไปและเปลี่ยนแปลงอย่างรวดเร็วจนถึงจุดที่ผู้คนพูดถึงเรื่องนี้อย่างเปิดเผยและสงสัยว่าทำไมสิ่งต่าง ๆ ถึงแตกต่างกันมาก มันน่าทึ่งจริงๆ!
การอวยพรสามารถเปลี่ยนโลกของเราได้จริงๆ

แต่ฉันไม่ได้หยุดอยู่แค่นั้น
รุ่งเช้าขณะที่สำนักงานยังว่างอยู่
เมื่อข้าพเจ้าไปถึงเก้าอี้ของผู้ที่ต้องการปัญญาในเรื่องใดเรื่องหนึ่ง ข้าพเจ้าจะอวยพรเขาโดยวางมือบนเก้าอี้
โดยเชื่อว่าการเจิมเพื่อให้พบรรลุผลสำเร็จจะเข้าสู่

ผ้าของเก้าอี้และอื่น ๆ ไปยังผู้ที่นั่งอยู่บนนั้น (กิจการ 19:12)
เมื่อใดก็ตามที่ฉันตระหนักถึงความต้องการเฉพาะที่ผู้คนเผชิญ
ฉันจะให้พรในลักษณะนั้น

ฉันจำคนๆ หนึ่งที่ชอบดูหมิ่นได้เป็นพิเศษ
นั่นคือเขาใช้พระนามของพระเจ้าเป็นคำสบถ
เช้าวันหนึ่งฉันวางมือบนเก้าอี้ของเขา
มัดวิญญาณของการดูหมิ่นในนามของพระเยซู
ต้องใช้ความพยายามหลายครั้ง
แต่ในที่สุดวิญญาณชั่วร้ายที่อยู่เบื้องหลังก็ต้องคุกเข่าลงเพื่อรับพลังที่ยิ่งใหญ่กว่า
และคำดูหมิ่นศาสนาก็หายไปจากคำศัพท์ในที่ทำงานของชายคนนั้น

ฉันยังจำชายคนหนึ่งมาหาฉันเพื่ออธิษฐานขอให้พระเจ้ารับเขาออกจากที่ทำงานเพราะทุกคนที่นั่นพูดดูหมิ่นศาสนา
ฉันคิดตรงกันข้าม
ชายผู้นี้มาเพื่ออวยพรสถานที่ทำงานของเขาและเปลี่ยนบรรยากาศ! เราเปลี่ยนโลกของเราได้

ข้าพเจ้ามีทัศนะว่าแม้พระเจ้าจะทรงปรารถนาที่จะอวยพรมวลมนุษย์ แต่พระองค์ยังปรารถนาให้พวกเรา
คนของพระองค์ ลูกของพระองค์ อวยพรมนุษยชาติมากยิ่งขึ้น
คุณมีอำนาจทางวิญญาณ คุณอวยพร!

พระบิดาในสวรรค์ทรงต้องการให้เรามีส่วนร่วม
ทำงานร่วมกับพระองค์ในงานไถ่บาปของพระองค์
เราสามารถอวยพรมนุษยชาติด้วยการรักษาและการปลดปล่อย
แต่เราสามารถอวยพรมนุษยชาติได้ด้วยคำพูดของเรา

เราคือผู้ที่พระเจ้าทรงใช้ให้พรแก่โลก
ช่างเป็นสิทธิพิเศษและความรับผิดชอบ!

ดังนั้น สำหรับฉันแล้ว
การอวยพรคือการพูดถึงพระประสงค์ของพระเจ้าเหนือชีวิตหรือสถานการณ์ของผู้คนด้วยความรัก ลืมตา ตั้งใจ
ด้วยสิทธิอำนาจและอำนาจ
จากวิญญาณที่เปี่ยมด้วยพระวิญญาณบริสุทธิ์ของเรา พูดง่าย ๆ ก็คือ
การอวยพรคือการกระทำด้วยศรัทธาโดยการประกาศพระประสงค์ของพระเจ้าสำหรับบุคคลหรือสถานการณ์นั้น ๆ
เมื่อเราประกาศพระประสงค์ของพระเจ้า
เราจะปลดปล่อยความสามารถของพระองค์ในการเปลี่ยนแปลงสิ่งต่างๆ จากที่ที่เป็นอยู่ไปสู่ที่ที่พระองค์ต้องการให้เป็น

และบางทีเราได้รับพรเพราะเราให้พร

ส่วนที่สอง

ทำอย่างไร?
จำเป็นจะต้อง

หลักการสำคัญบางประการ

ทำให้ปากสะอาดเป็นไลฟ์สไตล์

คำอวยพรและคำสาปแช่งก็พรั่งพรูออกมาจากปากเดียวกัน พี่น้องของฉันนี้ไม่ถูกต้องอย่างแน่นอน! (ยากอบ 3:10, NLB)

ถ้าเจ้ากล่าวสิ่งที่มีค่าและไม่ไร้ค่า
เจ้าจะเป็นเหมือนปากของเรา (เยเรมีย์ 15:19b, RSV)

หากคุณต้องการพูดความตั้งใจของพระเจ้าที่มีต่อผู้คน คุณต้องหลีกเลี่ยงการพูดคำที่ไร้ค่า – หรือเลวร้ายยิ่งกว่าไร้ค่า

ถามพระวิญญาณบริสุทธิ์ว่าจะพูดอะไร

กระตุ้นจิตวิญญาณของคุณ
(ผ่านการนมัสการหรือพูดภาษาแปลกๆ)
ขอพระวิญญาณบริสุทธิ์ให้คุณรู้สึกถึงความรักของพระบิดาต่อคนที่คุณต้องการอวยพร อธิษฐานสิ่งนี้:

พ่อคุณอยากจะพูดอะไร?
ขออโหสิกรรมแก่ท่านผู้นี้ด้วยเทอญ.
ฉันจะให้กำลังใจหรือปลอบโยนเขาหรือเธอได้อย่างไร?

พรแตกต่างจากการขอร้อง

คนส่วนใหญ่พบว่ามันค่อนข้างยากที่จะเรียนรู้ที่จะพูดคำอวยพร พวกเขาเริ่ม 'อ้อนวอน'
อย่างสม่ำเสมอโดยขอให้พระบิดาอวยพร
แม้ว่านี่จะเป็นสิ่งที่ดีที่ควรทำ

แต่คำอวยพรในลักษณะนี้แท้จริงแล้วคือการสวดอ้อนวอน และสิ่งสำคัญคือต้องรู้ความแตกต่าง การพูดหรือออกเสียงให้พรไม่ได้แทนที่การสวดอ้อนวอนและการวิงวอน แต่เป็นการอยู่ร่วมกับพวกเขา – ควรพบพวกเขาเป็นประจำ

ผู้เขียน Roy Godwin และ Dave Roberts ในหนังสือของพวกเขา The Grace Outpouring ให้ข้อคิดไว้ดีมาก:

เมื่อเราให้พร เรามองตาบุคคลนั้น (หากเป็นสถานการณ์นั้น) และพูดกับเขาหรือเธอโดยตรง ตัวอย่างเช่น เราอาจพูดประมาณว่า 'ข้าพเจ้าอวยพรท่านในพระนามขององค์พระผู้เป็นเจ้า เพื่อพระคุณของพระเยซูเจ้าจะได้อยู่กับท่าน ฉันอวยพรคุณในนามของพระองค์เพื่อความรักของพระบิดาจะล้อมรอบคุณและเติมเต็มคุณ เพื่อคุณจะได้รู้ว่าพระองค์ยอมรับคุณอย่างเต็มที่และสมบูรณ์เพียงใดและชื่นชมยินดีในตัวคุณ'

สังเกตสรรพนามส่วนตัว 'ฉัน' ฉันเป็นผู้ประกาศการอวยพรในนามของพระเยซูเหนือบุคคลนั้นโดยตรง ข้าพเจ้าไม่ได้อธิษฐานขอพรจากพระเจ้า แต่ได้กล่าวคำอวยพรโดยใช้สิทธิอำนาจที่พระเยซูประทานแก่เราในการอวยพรประชาชน เพื่อพระองค์จะเสด็จมาและอวยพรพวกเขา

อย่าตัดสิน

อย่าตัดสินว่าใครสมควรได้รับพรหรือไม่ พระพรที่แท้จริงที่พูดถึงบางคนหรือบางสิ่ง อธิบายวิธีที่พระเจ้าเห็นพวกเขา

ความสนใจของพระเจ้าไม่ได้อยู่ที่สิ่งที่พวกเขาอาจดูเหมือนเป็นในขณะนี้ แต่เป็นวิธีที่พวกเขาควรจะเป็น

ตัวอย่างเช่น พระเจ้าทรงเรียกกิเดโอนว่า 'ชายฉกรรจ์ผู้กล้าหาญ' (ผู้วินิจฉัย 6:12) ซึ่งในตอนนั้นเขาเป็นอะไรก็ได้ แต่! พระเยซูทรงเรียกเปโตรว่า 'หิน' (มัทธิว 16:18) ก่อนที่เขาจะมี 'ไหล่' เพื่อรองรับการพึ่งพาอาศัยของคนอื่น นอกจากนี้ เราอ่านว่า 'พระเจ้า ... ให้ชีวิตแก่คนตาย และเรียกสิ่งที่ไม่มีอยู่จริงว่าสิ่งนั้นได้เกิดขึ้น' (โรม 4:17) หากเราเข้าใจสิ่งนี้ ก็จะขจัดแนวโน้มของเราที่จะทำหน้าที่เป็น 'ผู้ตัดสิน' ว่าใครสมควรได้รับพรหรือไม่

ยิ่งมีคนน้อยที่สมควรได้รับพร พวกเขาก็ยิ่งต้องการมากขึ้น คนที่ให้พรคนที่ไม่สมควรได้รับพรที่ยิ่งใหญ่ที่สุดเป็นการตอบแทน

ตัวอย่างที่จะอธิบาย

ลองนึกภาพว่ามีชายคนหนึ่งชื่อเฟรดซึ่งมีปัญหากับการดื่ม ภรรยาของเฟรดไม่พอใจเขา ดังนั้นบางทีเธออาจจะอธิษฐานบางอย่างเช่น: 'พระเจ้าอวยพรเฟร็ด ทำให้เขาเลิกดื่มและฟังฉัน' แต่มันจะทรงพลังกว่ามากหากพูดว่า:

เฟร็ด ฉันอวยพรคุณในนามพระเยซู
ขอให้แผนการของพระเจ้าสำหรับชีวิตของคุณเป็นจริง
ขอให้คุณกลายเป็นผู้ชาย
เป็นสามีและพ่อที่พระเจ้าตั้งใจให้คุณเป็น
ฉันอวยพรให้คุณเป็นอิสระจากการเสพติด
ฉันอวยพรคุณด้วยสันติสุขของพระคริสต์

พรประการแรกมอบปัญหาให้กับพระเจ้า
ไม่ต้องใช้ความพยายาม - มันขี้เกียจ
นอกจากนี้ยังมีการตัดสินและอหังการ
และมุ่งเน้นไปที่บาปของเฟรด

พรข้อที่สองเรียกร้องความคิดและความรักมากขึ้น
ไม่ใช่การตัดสินและมุ่งเน้นไปที่ศักยภาพของ Fred
มากกว่าสถานะปัจจุบันของเขา เมื่อเร็ว ๆ
นี้ฉันได้ยินบางคนพูดว่าซาตานรู้จักชื่อและศักยภาพของเราแต่
เรียกเราด้วยบาป
ขณะที่พระเจ้ารู้จักบาปของเราแต่เรียกเราด้วยชื่อจริงและศักย
ภาพของเรา
พรประการที่สองสอดคล้องกับแผนการและพระประสงค์ของพ
ระเจ้ามากกว่า มันสะท้อนถึงพระทัยแห่งการไถ่ของพระเจ้า
จำไว้ว่าพระเจ้าทรงรักเฟรด

สถานการณ์ต่าง ๆ ที่เราอาจเผชิญ

ข้าพเจ้าเป็นศิษย์พระพร เมื่อฉันเริ่มต้น
ฉันไม่รู้ว่าจะอวยพรอย่างไรและไม่พบอะไรมากมายที่จะช่วย
ฉันได้
ฉันเริ่มตระหนักได้อย่างรวดเร็วว่ามีสถานการณ์หลายประเภท
ดังนั้นฉันจึงอยากเสนอคำแนะนำต่อไปนี้
คุณสามารถปรับสิ่งเหล่านี้ให้เข้ากับความต้องการในสถานการ
ณ์เฉพาะของคุณ
และตามสิ่งที่คุณเชื่อว่าพระวิญญาณบริสุทธิ์ต้องการให้คุณพูด
สิ่งนี้จะต้องฝึกฝน แต่ก็คุ้มค่า

อวยพรผู้ที่ประณามหรือสาปแช่งคุณ

หลายปีก่อน
พนักงานที่เพิ่งลาออกมาหาฉันที่บ้านเพื่อดื่มกาแฟและบอกลา ความเชื่อของเธอเป็นไปตามแนวยุคใหม่ - 'เทพธิดาภายใน' และอื่น ๆ ในระหว่างการสนทนา
เธอกล่าวว่าสองบริษัทสุดท้ายที่เธอทำงานและจากไปนั้นล้มละลายในเวลาต่อมา ตอนนั้นฉันไม่ได้เป็นคริสเตียนมานานมาก แต่ถึงอย่างนั้นฉันก็รู้ว่าคำพูดของเธอเป็นคำสาปแช่งที่ตั้งใจจะลง ฉันรู้สึกกลัวไม่กี่วินาที และจากนั้นในใจของฉัน ฉันปฏิเสธที่จะยอมรับมัน
แต่ฉันไม่ได้ไปถึงขั้นพิเศษเพื่ออวยพรเธอ
หลังจากขออนุญาตจากเธอให้อธิษฐานสิ่งที่อยู่ในใจของฉันแล้ว ฉันก็สามารถพูดได้ดังนี้:
เดโบราห์ (ไม่ใช่ชื่อจริงของเธอ)
ฉันผูกพันกับอิทธิพลของคาถาในชีวิตของคุณ
ฉันอวยพรคุณในนามของพระเยซู
ข้าพเจ้าขอประกาศความดีของพระเจ้าที่มีต่อท่าน
ขอให้พระประสงค์ของพระเจ้าสำหรับชีวิตของคุณเป็นจริง ...
ฉันอวยพรของขวัญของคุณ
ขอให้พวกเขาอวยพรนายจ้างในอนาคตของคุณ
และนำพระสิริมาสู่พระเจ้า
ขอให้คุณกลายเป็นผู้หญิงที่ยอดเยี่ยมของพระเจ้าที่พระองค์ต้องการให้คุณเป็น ในนามพระเยซู อาเมน

อวยพรผู้ที่ทำร้ายหรือปฏิเสธคุณ

ครั้งหนึ่งฉันเคยสวดอ้อนวอนให้ผู้หญิงคนหนึ่งที่ประสบปัญหาทางอารมณ์และการเงินหลังจากที่สามีทิ้งเธอไป

ฉันถามเธอว่าเธอจะยกโทษให้เขาได้ไหม นั่นเป็นเรื่องยาก แต่ด้วยเครดิตของเธอ เธอทำได้
จากนั้นฉันถามเธอว่าจะอวยพรสามีของเธอได้ไหม
เธอตกใจเล็กน้อย แต่ก็เต็มใจที่จะทำมัน
แม้ว่าสามีของเธอจะไม่อยู่ ฉันก็พาเธอไปตามแนว:

ฉันอวยพรคุณสามีของฉัน
ขอให้แผนการทั้งหมดของพระเจ้าสำหรับชีวิตของคุณและการแต่งงานของเราบรรลุผล ขอให้คุณเป็นผู้ชาย เป็นสามี และเป็นพ่อที่พระเจ้าตั้งใจให้คุณเป็น
ขอให้พระคุณและความโปรดปรานของพระเจ้าอยู่กับคุณ ในนามพระเยซู อาเมน

การเริ่มต้นเป็นเรื่องงุ่มง่าม
แต่แล้วเธอก็จับใจพระบิดาได้และการเจิมของพระเจ้าก็ล้มเหล
ว
เราต่างร่ำไห้เมื่อพระวิญญาณบริสุทธิ์ปรนนิบัติเธอและฉันเชื่อว่ามีต่อสามีของเธอเช่นกัน ทางของพระเจ้าไม่ใช่ทางของเรา

การให้พรในสถานการณ์ประเภทนี้เป็นสิ่งที่กล้าหาญมาก - ยิ่งใหญ่ แม้กระทั่ง - และเหมือนพระคริสต์

การให้พรแก่ผู้ไม่สมควรเป็นหัวใจของพระเจ้า –
ความพิเศษของพระองค์ก็ว่าได้
ลองนึกถึงหัวขโมยที่ถูกตรึงพร้อมกับพระเยซู
หรือผู้หญิงที่ถูกจับได้ว่าล่วงประเวณี แล้วคุณกับฉันล่ะ?

การให้พรนั้น 'ผิดโลก' และสวนทางกับสัญชาตญาณ - ไม่ใช่สิ่งที่ผู้คนในสถานการณ์ที่เจ็บปวดจะรู้สึกอยากทำโดยธรรมชาติ แต่เป็นวิธีของพระเจ้า

และสามารถรักษาผู้ที่ให้พรและผู้ที่ได้รับพรได้
มันตัดการพ่นพิษของความขมขื่น การแก้แค้น ความไม่พอใจ และความโกรธ
ซึ่งอาจเป็นอันตรายต่อร่างกายของคุณและทำให้ชีวิตของคุณสั้นลง

นี่คืออีเมลที่ฉันเพิ่งได้รับจากเดนิส:

ประมาณสามเดือนก่อน ฉันคุยโทรศัพท์กับพี่ชาย เราไม่ได้สื่อสารกันมากนักเพราะเขาอาศัยและทำงานในเมืองอื่น

ขณะที่เรากำลังจะจบการสนทนาฉันมิตร ฉันถามเขาว่าเขาจะให้ฉันอวยพรธุรกิจที่เขาดำเนินกับภรรยาของเขาหรือไม่ เขาตอบสนองได้ไม่ดีนัก เขาหยาบคายมากและพูดบางสิ่งที่ทำให้ฉันเสียใจจริงๆ และฉันสงสัยว่าความสัมพันธ์ของเราจะเสียหายอย่างถาวรหรือไม่ อย่างไรก็ตาม ในวันและสัปดาห์ต่อมา ขณะที่ฉันดำเนินชีวิตประจำวัน ฉันใช้หลักธรรมของพลังแห่งการให้พรอันน่าเกรงขามเพื่อพูดถึงสิ่งที่พระเจ้าทรงโปรดปรานเกี่ยวกับกิจการของพี่ชายฉัน บางครั้งฉันทำเช่นนี้สองถึงสามครั้งต่อวัน จากนั้นสามเดือนต่อมา หนึ่งวันก่อนวันคริสต์มาส พี่ชายของฉันก็โทรหาฉันเหมือนไม่มีอะไรเกิดขึ้น ฉันประหลาดใจมากกับท่าทีที่เป็นมิตรของเขาและไม่มีความขุ่นเคืองใจระหว่างเราเลย

พลังแห่งการให้พรในสถานการณ์ที่อยู่นอกเหนือการควบคุมของเราได้ผลจริง ๆ... สรรเสริญพระเจ้า!

อวยพรผู้ที่ยั่วยุคุณ

สิ่งหนึ่งที่น่าโมโหที่สุดสำหรับพวกเราบางคนคือเมื่อผู้คนทำเรื่องขี้โกงที่เห็นแก่ตัว
ไม่เกรงใจใครหรือเอาจริงเอาจังในการจราจร
มันเกิดขึ้นตลอดเวลา
คำพูดที่ไม่เป็นคริสเตียนสามารถผุดขึ้นมาในความคิดและออกมาจากปากของเราได้ในพริบตา เมื่อสิ่งนี้เกิดขึ้น
เรากำลังสาปแช่งคนที่พระเจ้าสร้างและผู้ที่พระเจ้ารัก
พระเจ้าอาจปกป้องบุคคลนั้นได้เป็นอย่างดี

ครั้งต่อไปที่สิ่งนี้เกิดขึ้น
ลองอวยพรผู้ขับขี่รถยนต์คันอื่นแทนการพูดด้วยความโกรธ:

ขออวยพรให้หนุ่มคนนั้นที่ปาดหน้า (โกงคิว)
ข้าพเจ้าขอประกาศความรักของพระองค์ที่มีต่อเขา พระเจ้าข้า
ข้าพระองค์ปล่อยความดีของพระองค์เหนือเขาและความตั้งใจทั้งหมดของพระองค์สำหรับชีวิตของเขา
ฉันอวยพรชายหนุ่มคนนี้และเรียกศักยภาพของเขาออกมา
ขอให้เขากลับบ้านโดยสวัสดิภาพและเป็นศิริมงคลแก่ครอบครัว ในนามพระเยซู อาเมน

หรืออย่างเป็นทางการน้อยกว่า:

พ่อ ฉันอวยพรคนขับรถคันนั้นในนามของพระเยซู
ขอให้ความรักของคุณไล่ตามเขาทันและจับกุมเขา!

ผู้อ่านของฉันคนหนึ่งตั้งข้อสังเกตที่น่าสนใจ:

สิ่งที่ฉันสังเกตเห็นคือพรได้เปลี่ยนฉัน
ฉันไม่สามารถอวยพรคนที่ทำให้ฉันหงุดหงิด เช่น แล้วพูด –

หรือแม้แต่คิด – คิดผิดเกี่ยวกับพวกเขา นั่นจะเป็นสิ่งที่ผิด แต่ฉันกำลังมองหาผลลัพธ์ที่ดีที่จะมาจากพร... – จิลเลียน
ครั้งหนึ่งข้าพเจ้ามีเพื่อนคนหนึ่งชื่อจอห์นซึ่งเชิญข้าพเจ้าให้อธิษฐานเผื่อความขัดแย้งในครอบครัวเกี่ยวกับมรดก ข้อพิพาทยืดเยื้อและไม่พอใจมากขึ้นเรื่อยๆ ข้าพเจ้าแนะนำว่าแทนที่จะสวดอ้อนวอน เราอวยพรสถานการณ์

เราอวยพรสถานการณ์ความขัดแย้งเรื่องมรดกนี้ในนามของพระเยซู เราต่อต้านการแตกแยก การทะเลาะวิวาท และเราสูญเสียความยุติธรรม ความเป็นธรรม และการปรองดอง เมื่อเราอวยพรสถานการณ์นี้ เราละทิ้งความคิดและความปรารถนาของเรา และเราปล่อยให้พระเจ้าทรงเปิดใช้พระประสงค์ของพระองค์สำหรับการแบ่งมรดก ในนามพระเยซู อาเมน

ภายในสองสามวันเรื่องก็ได้รับการแก้ไขฉันมิตร

ฉันชอบสิ่งที่ผู้อ่านคนอื่นพูดว่า:

ฉันรู้สึกทึ่งกับ 'เวลาตอบสนอง' ที่รวดเร็วที่ฉันได้เห็นในการให้พรผู้อื่น ราวกับว่าพระเจ้าพร้อมที่จะพุ่งเข้าสู่ความรักต่อผู้คนหากเรายอมปล่อยคำอธิษฐานอวยพรพวกเขา – บาทหลวงดาริน โอลสัน, Junction City, Oregon Nazarene Church

การอวยพรสามารถเปลี่ยนโลกของเราได้จริงๆ

อวยพรแทนการสาปแช่งตัวเราเอง

การรับรู้และการทำลายคำสาป

ความคิดเหล่านี้เกิดขึ้นบ่อยแค่ไหน: 'ฉันน่าเกลียด ฉันโง่ ฉันซุ่มซ่าม ฉันเฉลียวฉลาด ไม่มีใครชอบฉัน พระเจ้าไม่เคยใช้ฉัน ฉันเป็นคนบาป...'? มีคำโกหกมากมายที่ซาตานทำให้เราเชื่อ

ฉันมีเพื่อนที่ทำสิ่งนี้ตลอดเวลา และมันทำให้ฉันเศร้าใจ 'โอ้ คุณผู้หญิงโง่ โรส (ไม่ใช่ชื่อจริงของเธอ) คุณทำพลาดอีกแล้ว ทำอะไรไม่ถูกเลย...'

อย่าทำซ้ำหรือยอมรับคำสาปเหล่านี้! ให้อวยพรตัวเองแทน

ฉันจำสถานการณ์เฉพาะของกลุ่มอธิษฐานได้ ข้าพเจ้าสังเกตเห็นจิตใจที่ไร้ค่าเหนือสตรีผู้มาขออธิษฐาน ระหว่างอธิษฐาน เธอพูดว่า 'ฉันเป็นใบ้' ฉันถามเธอว่าเธอไปได้ยินมาจากไหน เธอบอกฉันว่าพ่อแม่ของเธอพูดเรื่องนี้กับเธอ ช่างน่าเศร้า... และธรรมดาเพียงใด

ฉันแนะนำเธอตามแนวเหล่านี้:

ในนามพระเยซู ฉันยกโทษให้พ่อแม่ ฉันให้อภัยตัวเอง ฉันทำลายคำพูดของพ่อแม่และพูดเกินตัวฉัน ฉันมีความคิดของพระคริสต์ ฉันฉลาด.

เราตัดวิญญาณแห่งการปฏิเสธและความไร้ค่าออกโดยสรุป จากนั้นฉันก็อวยพรเธอและประกาศว่าเธอเป็นเจ้าหญิงของพระเจ้า ว่าเธอมีค่าสำหรับพระองค์ พระเจ้ากำลังจะใช้เธอเพื่อเป็นพรแก่ผู้อื่น

นำการเยียวยาทางอารมณ์และความหวังมาให้ คนอื่น.
ฉันอวยพรเธอด้วยความกล้าหาญ

เธอซึมซับพรนี้อย่างช้าๆ เธอเริ่มเปล่งประกาย
สัปดาห์ต่อมาเธอเล่าถึงความดีที่เธอทำ
เราสามารถเปลี่ยนโลกของเราได้จริงๆ

ทุกคนสามารถทำได้
พระคัมภีร์เต็มไปด้วยความตั้งใจของพระเจ้าสำหรับผู้คน
และเราสามารถประกาศความตั้งใจเหล่านี้เหนือพวกเขาได้

ฉันต้องการแบ่งปันอีกตัวอย่างหนึ่ง
ฉันอธิษฐานเผื่อผู้หญิงที่เพิ่งปวดท้อง ขณะที่ฉันสวดอ้อนวอน
พระวิญญาณบริสุทธิ์ลงมาบนเธอ
และเธอก็เพิ่มขึ้นเป็นสองเท่าเมื่อปีศาจออกจากเธอไป
ทุกอย่างดีอยู่สองสามวันแล้วอาการปวดก็กลับมาอีก 'ทำไม
พระเจ้าข้า' เธอถาม
เธอสัมผัสได้ว่าพระวิญญาณบริสุทธิ์เตือนเธอว่าก่อนหน้านี้
ขณะที่เธออยู่ที่แคมป์ มีคนพูดกับเธอว่าให้ปรุงไก่อย่างถูกต้อง
มิฉะนั้นคนจะป่วย
เธอตอบว่าเธอไม่อยากป่วยในอีกไม่กี่วันข้างหน้า
(ระยะเวลาของการประชุม) แต่หลังจากนั้นก็ไม่เป็นไร
เธอต้องทำลายพลังของคำพูดที่ไม่ใส่ใจเหล่านั้น
และจากนั้นเธอก็ฟื้นการรักษาในทันที

ปากของพร

ข้าพเจ้าให้พรแก่ปากของข้าพเจ้าที่จะกล่าวสิ่งที่มีค่า
ไม่ใช่สิ่งที่ไร้ค่า และเป็นเหมือนพระโอษฐ์ขององค์พระผู้เป็นเจ้า
(อ้างอิงจากเยเรมีย์ 15:19)

การอัศจรรย์หลายอย่างของพระเยซูสำเร็จได้เพียงแค่พูด ตัวอย่างเช่น 'ไปตามทางของคุณ บุตรของท่านมีชีวิตอยู่' (ยอห์น 4:50) ฉันต้องการสิ่งนั้น. นั่นเป็นเหตุผลที่ฉันอวยพรปากของฉันและระวังสิ่งที่ออกมาจากปาก

ภรรยาของฉันและฉันเคยไปพักที่โรงแรมในนูเมอา เราได้ยินเสียงทารกร้องไห้ไม่หยุดตลอดทั้งคืน หลังจากเหตุการณ์นี้สองสามคืน ภรรยาของผมออกไปที่ดาดฟ้าที่อยู่ติดกันและถามแม่ว่าเกิดอะไรขึ้น ผู้หญิงคนนั้นไม่รู้แต่บอกว่าหมอให้ยาปฏิชีวนะล็อตที่ 3 แก่ทารกแล้วและไม่มีอะไรทำงาน ภรรยาของฉันถามเธอว่าฉันจะอธิษฐานเผื่อทารกได้ไหม และเธอก็ตกลงแม้ว่าจะมีความเชื่ออยู่บ้างก็ตาม ดังนั้นในภาษาฝรั่งเศสธรรมดาๆ ของฉัน ฉันสวดอ้อนวอนเพื่อทารกและพูดด้วยศรัทธาเกี่ยวกับเด็กว่าเธอจะ 'นอนหลับเหมือนเด็กทารก' และเธอก็ทำ

อวยพรจิตใจ

ฉันมักจะพูดว่า

ฉันอวยพรจิตใจของฉัน ฉันมีความคิดของพระคริสต์ ดังนั้นฉันคิดว่าความคิดของเขา ขอให้จิตใจของข้าพเจ้าเป็นสถานที่ศักดิ์สิทธิ์ที่พระวิญญาณบริสุทธิ์จะสถิตอยู่ ขอให้ได้รับถ้อยคำแห่งความรู้ สติปัญญา และการเปิดเผย

บางครั้งฉันต่อสู้กับความบริสุทธิ์ของความคิดของฉัน และฉันพบว่าสิ่งนี้ช่วยได้

ข้าพเจ้าอวยพรจินตนาการของข้าพเจ้าด้วยว่าจะใช้ในทางดีและไม่ใช่ทางชั่ว วันก่อนฉันมีปัญหาในการจินตนาการ - มันพเนจรไปในที่ต่างๆ ที่ฉันไม่อยากให้ไป - และพระเจ้าทรงประทับใจกับฉันว่า 'ดูในจินตนาการของคุณว่าพระเยซูกำลังทำการอัศจรรย์ของพระองค์ ... แล้วดูว่าตัวเองกำลังทำสิ่งเหล่านั้น ' ฉันพบว่าการคิดถึงสิ่งที่ดีนั้นมีประสิทธิภาพมากกว่า (ฟิลิปปี 4:8) แทนที่จะคิดว่าไม่คิดถึงบางสิ่ง! และการอวยพรให้กับความคิดและจินตนาการของคุณจะช่วยอย่างมากในการบรรลุเป้าหมายแห่งความศักดิ์สิทธิ์

ครั้งหนึ่งเมื่อฉันรู้สึกผิดหวังกับความล้มเหลวในชีวิตทางความคิด คำพูดของเพลงสรรเสริญเก่า ๆ ดังขึ้นในใจของฉัน:

ขอทรงเป็นนิมิตของข้าพระองค์
ข้าแต่พระเจ้าแห่งดวงใจของข้าพระองค์

ไม่มีอะไรอื่นสำหรับฉันเว้นแต่ว่าพระองค์เป็น

คุณคิดดีที่สุดของฉันทั้งกลางวันและกลางคืน

ตื่นหรือหลับ พระองค์ทรงเป็นแสงสว่างของข้าพระองค์

อวยพรร่างกายของเรา

คุณคุ้นเคยกับข้อที่ว่า 'ใจร่าเริงให้ผลดีเหมือนยา' (สุภาษิต 17:22) ไหม? พระคัมภีร์กำลังบอกว่าร่างกายของเราตอบสนองต่อคำพูดและความคิดเชิงบวก:

ฉันอวยพรร่างกายของฉัน
วันนี้ฉันทำลายความทุพพลภาพออกจากตัวฉันเอง
ฉันอวยพรให้สุขภาพร่างกายแข็งแรง

ครั้งหนึ่งฉันเคยดูวิดีโอเกี่ยวกับชายคนหนึ่งที่มีปัญหาเกี่ยวกับหัวใจอย่างรุนแรง ทางเลี่ยงของเขาถูกปิดกั้น
เขาอวยพรหลอดเลือดแดงของเขาเป็นเวลาประมาณสามเดือน
โดยบอกว่ามันสร้างขึ้นอย่างน่าอัศจรรย์และน่าเกรงขาม
เมื่อกลับไปพบแพทย์พบว่าเขามีบายพาสใหม่อย่างน่าอัศจรรย์!

ฉันคิดว่าฉันจะลองทำสิ่งนี้เพื่อผิวของฉัน
ฉันมีปัญหากับการถูกทำร้ายจากแสงแดดตั้งแต่ยังเด็ก
ตอนนี้ฉันอายุมากแล้ว การเจริญเติบโตเล็กๆ น้อยๆ
จะขึ้นมาบนไหล่และหลังของฉัน
จำเป็นต้องเอาน้ำแข็งออกทุกๆ สองสามเดือน
ฉันตัดสินใจที่จะอวยพรผิวของฉัน
ตอนแรกฉันแค่อวยพรในนามพระเยซู
แต่แล้วฉันก็ได้อ่านบางอย่างเกี่ยวกับธรรมชาติของผิวซึ่งทำให้มุมมองของฉันเปลี่ยนไป
ฉันตระหนักว่าแม้ว่าฉันจะถูกปกคลุมด้วยมัน
แต่ฉันก็ไม่รู้เรื่องอวัยวะที่ใหญ่ที่สุดในร่างกายของฉันมากนัก
เคยคุยแต่ไม่เคยคุยด้วย
และฉันสงสัยว่าฉันได้พูดอะไรที่ดีเกี่ยวกับเรื่องนี้ - แทนที่จะบ่น
ฉันเป็นคนเนรคุณ

แต่เรื่องผิวนี่สุดยอดมาก
เป็นระบบปรับอากาศและสุขาภิบาล
ช่วยปกป้องร่างกายจากการบุกรุกของเชื้อโรคและรักษาตัวเอง
ครอบคลุมและปกป้องชิ้นส่วนภายในทั้งหมดของเราและทำอย่างสวยงาม

ขอบคุณพระเจ้าสำหรับผิว - ริ้วรอยและทั้งหมด
อวยพรคุณผิว
หลังจากให้พรแบบนี้มาหลายเดือน
ตอนนี้ผิวของฉันก็เกือบจะหายเป็นปกติแล้ว
แต่สิ่งสำคัญคือเมื่อฉันเริ่มรู้สึกขอบคุณและรู้สึกขอบคุณ
มันถูกสร้างขึ้นอย่างน่ากลัวและน่าอัศจรรย์
บทเรียนที่แท้จริงแน่นอน
การบ่นเป็นการขับไล่อาณาจักรของพระเจ้า
ความขอบคุณดึงดูดมัน

นี่คือประจักษ์พยานจากเพื่อนของฉัน เดวิด กู๊ดแมน:

เมื่อหลายเดือนก่อนฉันได้ยินริชาร์ดเทศนาเรื่องพร
ซึ่งเป็นเรื่องที่ค่อนข้างไม่มีพิษมีภัย
แต่เป็นเรื่องที่สะท้อนใจได้เพราะมุมของที่มา
ผลที่สุดคือพรไม่จำเป็นต้องเป็นสิ่งที่เราขอจากพระเจ้า
แต่เราในฐานะคริสเตียนมีสิทธิอำนาจ
(หากไม่ใช่ความรับผิดชอบ) ที่จะพาออกไปสู่โลกที่ตกสู่บาปนี้
และในฐานะทูตของพระคริสต์
จะสร้างผลกระทบต่อชีวิตของบุคคลอื่นๆ เพื่อ
อาณาจักรของพระเจ้า
เราสามารถออกไปอวยพรพวกเขาในชีวิตของพวกเขา
และเปิดเผยพระคริสต์แก่พวกเขาในเวลาเดียวกัน

แนวคิดนี้ใช้ได้เมื่อพิจารณาถึงผู้อื่น
แต่ความคิดนี้กลายเป็นกำแพงอิฐสำหรับฉันเมื่อฉันต้องพิจารณาให้พรตัวเอง
ฉันไม่สามารถสลัดความคิดที่ว่าฉันไม่มีค่าควร ฉันเห็นแก่ตัว
และคิดว่าฉันได้รับพระเจ้า
ความคิดของฉันเปลี่ยนไปเมื่อเห็นว่าเราเป็นคริสเตียน

เป็นผู้ที่ถูกสร้างใหม่
เกิดใหม่และถูกสร้างเพื่อจุดประสงค์ที่พระเจ้าทรงวางแผนไว้สำหรับเรา เมื่อเป็นเช่นนั้น
ร่างกายที่เรามีตอนนี้จึงเป็นร่างกายที่เราควรถนอมและดูแล
ท้ายที่สุดแล้ว
ตอนนี้เราเป็นวิหารสำหรับที่ประทับของพระวิญญาณบริสุทธิ์

    ที่กล่าวว่า ฉันเริ่มการทดลองสั้น ๆ –
ในแต่ละวันฉันจะตื่นนอน
ฉันจะอวยพรส่วนหนึ่งของร่างกายของฉัน
ขอบคุณสำหรับการแสดงของมัน ชมเชยสำหรับงานที่ทำได้ดี
ฉันจะยกย่องนิ้วของฉันสำหรับความคล่องแคล่ว
สำหรับทักษะที่พวกเขามีในการทำงานทั้งหมดที่จำเป็นสำหรับพวกเขาและอีกมากมาย
ฉันจะยกย่องและขอบคุณขาของฉันสำหรับงานขนส่งและความเร็วที่ไม่รู้จักเหน็ดเหนื่อยสำหรับความสามารถในการทำงานพร้อมเพรียงกัน
ฉันชื่นชมร่างกายของฉันที่ทุกส่วนทำงานร่วมกันได้ดี
มีสิ่งหนึ่งที่แปลกออกมาจากสิ่งนี้

    เนื่องจากฉันรู้สึกดีขึ้นมากทั้งทางร่างกายและจิตใจ
ฉันจึงหันความคิดไปที่อาการปวดที่แขนท่อนล่างของฉันเป็นเวลาหลายเดือน
ความเจ็บปวดที่ดูเหมือนจะอยู่ในกระดูกและต้องได้รับการถูอย่างสม่ำเสมออย่างน้อยที่สุด บรรเทาการสั่นคงที่บางส่วน
ฉันมุ่งความสนใจไปที่ส่วนนี้
ยกย่องร่างกายของฉันสำหรับความสามารถในการรักษา
ความดื้อรั้นที่จะเอาชนะสิ่งต่างๆ ที่เข้ามากระทบ
เพื่อการสนับสนุนที่ส่วนอื่นๆ สามารถให้ได้

ในขณะที่ส่วนอื่นสามารถซ่อมแซมได้
เพียงสามสัปดาห์ต่อมาฉันตื่นขึ้นในเช้าวันหนึ่งและตระหนักว่าฉันไม่รู้สึกปวดแขนอีกต่อไป
ความปวดเมื่อยนั้นหายไปสิ้นและไม่กลับมาอีก

ข้าพเจ้าตระหนักว่าแม้มีเวลาและสถานที่แน่นอนสำหรับของประทานแห่งการรักษาที่จะใช้ผ่านศรัทธาเพื่อประโยชน์ของผู้อื่น
แต่ก็มีอีกช่องทางหนึ่งที่เปิดให้เราในฐานะปัจเจกบุคคลได้มีส่วนร่วมในของประทานแห่งการรักษาในตัวเรา
เป็นบทเรียนเรื่องความอ่อนน้อมถ่อมตน
ที่เราสามารถวางใจสิ่งที่พระเจ้าประทานแก่ร่างกายใหม่ของเรา ว่าเราสามารถออกไปด้วยความมั่นใจในวิถีชีวิตใหม่ที่มีชีวิต

ฉันได้รับประจักษ์พยานมากมายเกี่ยวกับการรักษาทางร่างกายตามพร คุณสามารถอ่านสิ่งเหล่านี้ได้ที่
www.richardbruntonministries.org/testimonies

อวยพรบ้านของคุณ การแต่งงานและลูก ๆ

บ้านของคุณ – การอวยพรบ้านทั่วไป

เป็นความคิดที่ดีที่จะอวยพรบ้านของคุณและต่อพรนั้นอย่างน้อยปีละครั้ง
การให้พรสถานที่ที่คุณอยู่เกี่ยวข้องกับการใช้อำนาจฝ่ายวิญญาณของคุณในพระเยซูคริสต์เพื่ออุทิศและอุทิศสถานที่นั้นแด่พระเจ้า เป็นการเชื้อเชิญพระวิญญาณบริสุทธิ์ให้เสด็จมา
และบังคับทุกสิ่งที่ไม่ใช่ของพระเจ้าให้ออกไป

บ้านไม่ได้เป็นเพียงแค่อิฐและปูนเท่านั้น
แต่ยังมีบุคลิกภาพด้วย
เช่นเดียวกับที่คุณมีสิทธิ์เข้าบ้านของคุณอย่างถูกกฎหมายในตอนนี้
คนอื่นมีสิทธิ์เข้าใช้บ้านหรือทรัพย์สินของคุณอย่างถูกกฎหมาย
ก่อนหน้าคุณ อาจมีสิ่งต่างๆ
เกิดขึ้นในสถานที่นั้นซึ่งนำมาซึ่งพรหรือคำสาป
ไม่ว่าอะไรจะเกิดขึ้น
เป็นสิทธิอำนาจของคุณที่จะกำหนดว่าบรรยากาศทางวิญญาณ
ต่อจากนี้ไปจะเป็นอย่างไร
หากยังมีกิจกรรมปีศาจเกิดขึ้นจากการเป็นเจ้าของในอดีต
คุณก็น่าจะรู้สึกได้ –
และขึ้นอยู่กับคุณที่จะขับไล่พลังเหล่านี้ออกไป

แน่นอนว่าคุณต้องพิจารณาว่ากองกำลังปีศาจใดที่คุณอาจเข้าถึงบ้านของคุณโดย ไม่เจตนา คุณมีภาพวาด สิ่งประดิษฐ์ หนังสือ เพลง หรือดีวีดีที่อธรรมหรือไม่?
รายการโทรทัศน์ใดบ้างที่คุณอนุญาต
มีบาปในบ้านของคุณหรือไม่?

ต่อไปนี้เป็นพรง่ายๆ ที่คุณทำได้เมื่อคุณเดินไปรอบๆ บ้านทีละห้อง:

ฉันอวยพรบ้านนี้ บ้านของเรา
ฉันประกาศว่าบ้านหลังนี้เป็นของพระเจ้า
ฉันอุทิศให้พระเจ้าและวางไว้ภายใต้การปกครองของพระเยซูคริสต์ เป็นบ้านแห่งพระพร

ฉันทำลายคำสาปทุกคำในบ้านหลังนี้ด้วยพระโลหิตของพระเยซู ฉันมีอำนาจเหนือปีศาจทุกตัวในนามของพระเยซู

และฉันสั่งให้พวกมันออกไปตอนนี้และจะไม่กลับมาอีก
ฉันขับวิญญาณแห่งความขัดแย้ง การแตกแยก
และความบาดหมางออกไป
ฉันขับวิญญาณแห่งความยากจนออกไป

เชิญพระวิญญาณบริสุทธิ์มาขับไล่ทุกสิ่งที่ไม่ใช่ของคุณออกไป เติมเต็มบ้านนี้ด้วยการปรากฏตัวของคุณ
ขอให้ผลของคุณเกิดขึ้น: ความรัก ความยินดี สันติสุข ความเมตตา ความอดทน ความดี ความอ่อนโยน ความสัตย์ซื่อ และการควบคุมตนเอง
ฉันอวยพรบ้านนี้ด้วยความสงบสุขและความรักที่ล้นเหลือ
ขอให้ทุกคนที่มาที่นี่รู้สึกถึงการมีอยู่ของคุณและได้รับพร
ในนามพระเยซู อาเมน

ฉันได้เดินไปรอบ ๆ ขอบเขตทรัพย์สินของฉัน
อวยพรมันและทางจิตวิญญาณ
ใช้พระโลหิตของพระเยซูคริสต์เพื่อปกป้องทรัพย์สินและผู้คนในนั้นจากความชั่วร้ายทุกอย่างและจากภัยธรรมชาติ

การแต่งงานของคุณ

เรามีการแต่งงานในแบบที่เราอวยพรหรือการแต่งงานในแบบที่เราสาปแช่ง

เมื่อฉันอ่านข้อความนี้ครั้งแรกใน The Power of Blessing โดย Kerry Kirkwood ฉันรู้สึกตกใจเล็กน้อย
นี่เป็นเรื่องจริงหรือไม่?

ฉันคิดทบทวนหลายครั้งแล้ว
และเชื่อว่าคำพูดเหล่านี้เป็นความจริงเป็นส่วนใหญ่

ความทุกข์ใดๆ ก็ตามกับชีวิตแต่งงานหรือลูกๆ
ของเราเกิดจากการที่เราไม่อวยพรพวกเขา! ด้วยการให้พร
เราได้รับความดีที่พระเจ้าทรงมีต่อเราอย่างเต็มที่ –
รวมถึงชีวิตที่ยืนยาวและความสัมพันธ์ที่ดี
เราเป็นผู้ร่วมส่วนหรือเป็นหุ้นส่วนกับสิ่งที่เราได้รับพร

ระวังคำสาปแช่ง สามีภรรยารู้ใจกันดี เรารู้ปุ่มร้อนทั้งหมด
คุณพูดอะไรแบบนี้? สิ่งเหล่านี้เคยพูดถึงคุณหรือไม่?
'คุณไม่เคยฟัง' 'ความทรงจำของคุณแย่มาก'
'คุณทำอาหารไม่เป็น' 'คุณสิ้นหวังที่...' หากพูดบ่อยพอ
คำเหล่านี้จะกลายเป็นคำสาปและกลายเป็นจริง

อย่าสาปแช่งอวยพร จำไว้ว่าถ้าคุณสาปแช่ง
(พูดคำไม่ตาย) คุณจะไม่ได้รับพรที่พระเจ้าทรงประสงค์ให้คุณ
ที่แย่ไปกว่านั้น
การสาปแช่งมีผลกับเรามากกว่าที่เราอาจสาปแช่ง
นั่นอาจเป็นสาเหตุหนึ่งที่ทำให้คำอธิษฐานไม่ได้รับคำตอบ?

การเรียนรู้ที่จะให้พรเป็นเหมือนการเรียนรู้ภาษาใหม่
ในตอนแรกอาจรู้สึกประหม่า ตัวอย่างเช่น,

นิโคล ฉันอวยพรคุณในนามของพระบิดา พระบุตร
และพระวิญญาณบริสุทธิ์
ฉันปลดปล่อยความดีทั้งหมดของพระเจ้าเหนือคุณ
ขอให้ความตั้งใจของพระเจ้าสำหรับชีวิตของคุณบรรลุผล

ฉันอวยพรของขวัญแห่งการพบปะและความรักของคุณ
ของขวัญแห่งการต้อนรับที่อบอุ่นของคุณ
ฉันอวยพรของขวัญของคุณที่ทำให้ผู้คนรู้สึกสบายใจ
ฉันขอประกาศว่าคุณเป็นปฏิคมของพระเจ้า

คุณต้อนรับผู้คนตามที่พระองค์ต้องการ
ฉันอวยพรให้คุณมีแรงที่จะทำสิ่งนี้ต่อไปแม้ในปีหลัง ๆ
ของคุณ ฉันอวยพรให้คุณมีสุขภาพแข็งแรงและอายุยืนยาว
ฉันอวยพรคุณด้วยน้ำมันแห่งความสุข

ลูก ๆ ของคุณ

มีหลายวิธีในการอวยพรเด็ก
ฉันอวยพรหลานสาวอายุสี่ขวบดังนี้

แอชลีย์ ฉันอวยพรชีวิตคุณ
ขอให้คุณเป็นผู้หญิงที่วิเศษของพระเจ้า
ข้าพเจ้าขออวยพรให้ท่านมีสติสัมปชัญญะมีสติปัญญาเฉลียวฉลาดในการตัดสินใจทั้งปวง
ฉันอวยพรร่างกายของคุณให้บริสุทธิ์จนกว่าจะแต่งงานและมีสุขภาพแข็งแรง
ข้าพเจ้าอวยพรให้มือและเท้าของท่านทำงานตามที่พระเจ้าทรงดำริให้ท่านทำ ฉันอวยพรปากของคุณ
ขอให้พูดถ้อยคำแห่งความจริงและให้กำลังใจ
ข้าพเจ้าขออวยพรให้ใจของท่านซื่อตรงต่อองค์พระผู้เป็นเจ้า
ฉันขออวยพรให้สามีและลูกในอนาคตของคุณมีชีวิตที่มั่งคั่งและเป็นน้ำหนึ่งใจเดียวกัน ฉันรักทุกอย่างเกี่ยวกับคุณ แอชลีย์ และฉันภูมิใจที่ได้เป็นพ่อของคุณ

แน่นอน เมื่อเด็กมีปัญหาในบางด้าน
เราสามารถให้พรพวกเขาได้อย่างเหมาะสม
หากพวกเขาพบว่าการเรียนที่โรงเรียนเป็นเรื่องยาก
เราสามารถให้พรจิตใจของพวกเขาให้จดจำบทเรียนและเข้าใจแนวคิดเบื้องหลังการสอน หากพวกเขาถูกรังแก

เราสามารถอวยพรให้พวกเขาเติบโตในด้านสติปัญญา ความสูงส่ง และเป็นที่โปรดปรานของพระเจ้าและเด็กคนอื่นๆ และอื่น ๆ

ฉันจำได้ว่าพูดกับสตรีที่ยอดเยี่ยมของพระเจ้าเกี่ยวกับหลานชายของเธอ ทุกอย่างที่เธอพูดเกี่ยวกับเขามุ่งไปที่ความผิดของเขา ทัศนคติที่ดื้อรั้น และปัญหาทางพฤติกรรมที่เขามีที่โรงเรียน เขาถูกส่งไปที่แคมป์เพื่อช่วยพาเขาไปทางตรงและแคบ และถูกส่งกลับบ้านอีกครั้งเพราะเขาก่อกวนมาก

หลังจากฟังอยู่ครู่หนึ่ง
ข้าพเจ้าบอกผู้หญิงคนนั้นว่าเธอกำลังสาปแช่งหลานชายของเธอโดยไม่ตั้งใจจากวิธีที่เธอพูดถึงเขา
และเธอกำลังกักขังเขาด้วยคำพูดของเธอ
ดังนั้นเธอจึงหยุดพูดในแง่ลบและจงใจอวยพรเขาแทน
สามีของเธอซึ่งเป็นปู่ของเด็กชายก็ทำเช่นเดียวกัน
ภายในเวลาไม่กี่วัน เด็กชายก็เปลี่ยนไปอย่างสิ้นเชิง
กลับไปที่ค่ายและเติบโตขึ้น
พูดคุยเกี่ยวกับการตอบสนองอย่างรวดเร็วต่อพลังแห่งการอวยพร!

สิ่งที่ยอดเยี่ยมที่สุดอย่างหนึ่งที่พ่อสามารถให้ลูกได้คือคำอวยพรของพ่อ ฉันเรียนรู้เรื่องนี้จาก The Father's Blessing โดย Frank Hammond ซึ่งเป็นหนังสือที่ยอดเยี่ยมมาก
หากปราศจากพรจากบิดา ก็มักจะรู้สึกถึงบางสิ่งที่ขาดหายไป - ความว่างเปล่าถูกสร้างขึ้นจนไม่มีอะไรมาเติมเต็มได้ ผู้เป็นพ่อวางมือบนลูกของคุณและสมาชิกครอบครัวคนอื่นๆ (เช่น วางมือบนศีรษะหรือไหล่ของพวกเขา) และอวยพรพวกเขาบ่อยๆ ค้นพบสิ่งดีๆ ที่พระเจ้าจะทำเพื่อคุณและพวกเขา

เมื่อใดก็ตามที่ฉันแบ่งปันข้อความนี้
ฉันถามชายหญิงที่เป็นผู้ใหญ่ว่า

'มีกี่คนที่นี่ที่เคยวางมือบนมือพ่อของพวกเขาและอวยพรพวกเขา' น้อยคนนักที่จะยกมือ จากนั้นฉันก็เปลี่ยนคำถาม: 'มีกี่คนที่นี่ที่ไม่เคยให้พ่อวางมือบนพวกเขาและอวยพรพวกเขา' เกือบทุกคนยกมือขึ้น

จากนั้นข้าพเจ้าจึงถามว่าพวกเขาจะยอมให้ข้าพเจ้าเป็นบิดาฝ่ายวิญญาณแก่พวกเขาในช่วงเวลานั้นหรือไม่ เพื่อทดแทน เพื่อข้าพเจ้าจะได้อวยพรพวกเขาด้วยพรที่พวกเขาไม่เคยมีในอำนาจของพระวิญญาณบริสุทธิ์ คำตอบที่ได้รับท่วมท้น: น้ำตา, การปลดปล่อย, ความปิติยินดี, การเยียวยา น่าทึ่งมาก!

หากคุณปรารถนาพรจากพ่อเช่นเดียวกับฉัน
ให้พูดต่อไปนี้ให้ตัวเองดัง
นับเป็นพรที่ข้าพเจ้าได้ดัดแปลงมาจากหนังสือของแฟรงก์ แฮมมอนด์

คำอวยพรจากพ่อ

ฉันรักคุณลูกของฉัน คุณคือคนพิเศษ.
คุณคือของขวัญจากพระเจ้าสำหรับฉัน
ฉันขอบคุณพระเจ้าที่อนุญาตให้ฉันเป็นพ่อของคุณ
ฉันรักคุณและฉันภูมิใจในตัวคุณ

ฉันขอให้คุณยกโทษให้ฉันสำหรับสิ่งที่ฉันพูดและทำไปซึ่งทำให้คุณเจ็บปวด และสำหรับสิ่งที่ฉันไม่ได้ทำ
และสำหรับคำที่ฉันไม่เคยพูดที่คุณอยากได้ยิน

เราทำลายและตัดคำสาปแช่งทุกคำที่ติดตามเจ้าอันเป็นผลจากบาปของข้า บาปของมารดาเจ้า
และบาปของบรรพบุรุษของเจ้า

ฉันสรรเสริญพระเจ้าที่พระเยซูกลายเป็นคำสาปแช่งบนไม้กางเขนที่เราสามารถออกมาจากทุกคำสาปแช่งและเข้าสู่พระพร

ฉันอวยพรคุณด้วยการเยียวยาบาดแผลทั้งหมดของหัวใจ
– บาดแผลจากการถูกปฏิเสธ การละเลย
และการข่มเหงที่คุณได้รับ ในนามของพระเยซู
ฉันทำลายพลังของคำพูดที่โหดร้ายและไม่ยุติธรรมทั้งหมดที่พูดกับคุณ

ฉันอวยพรให้คุณมีความสงบสุขล้นเหลือ
สันติสุขที่เจ้าชายแห่งสันติภาพเท่านั้นที่สามารถให้ได้

ฉันอวยพรชีวิตของคุณด้วยผลไม้: ผลไม้ดี ผลไม้มากมาย
และผลไม้ที่เหลืออยู่

ฉันอวยพรให้คุณประสบความสำเร็จ คุณเป็นหัวไม่ใช่หาง
คุณอยู่เหนือและไม่ได้อยู่ด้านล่าง

ฉันอวยพรของขวัญที่พระเจ้ามอบให้คุณ
ข้าพเจ้าอวยพรท่านด้วยสติปัญญาในการตัดสินใจที่ดีและพัฒนาศักยภาพของท่านอย่างเต็มที่ในพระคริสต์

ขออวยพรให้ท่านมีความเจริญล้นเหลือ

ฉันอวยพรคุณด้วยอิทธิพลทางวิญญาณ
เพราะคุณคือแสงสว่างของโลกและเกลือของแผ่นดินโลก

ฉันอวยพรคุณด้วยความเข้าใจทางจิตวิญญาณอย่างลึกซึ้งและการเดินอย่างใกล้ชิดกับพระเจ้าของคุณ
คุณจะไม่สะดุดหรือล้มลุกคลุกคลาน
เพราะพระวจนะของพระเจ้าจะเป็นโคมส่องเท้าและเป็นแสงสว่างส่องทางของคุณ

ฉันอวยพรให้คุณเห็นผู้หญิง/ผู้ชายเหมือนที่พระเยซูทำและทำ

ฉันอวยพรให้คุณเห็น ดึงออกมา
และเฉลิมฉลองเงินทองในตัวคน ไม่ใช่ดิน

ฉันอวยพรให้คุณปลดปล่อยพระเจ้าในที่ทำงาน -
ไม่ใช่แค่เพื่อเป็นพยานหรือเป็นแบบอย่างที่ดี
แต่ยังเพื่อถวายเกียรติแด่พระเจ้าด้วยความเป็นเลิศและความคิดสร้างสรรค์ในงานของคุณ

ฉันอวยพรให้คุณมีเพื่อนที่ดี
คุณมีความโปรดปรานต่อพระเจ้าและมนุษย์

ฉันอวยพรคุณด้วยความรักที่มากมายและเปี่ยมล้น
ซึ่งคุณจะรับใช้พระคุณของพระเจ้าต่อผู้อื่น
คุณจะปรนนิบัติพระคุณแห่งการปลอบประโลมใจของพระเจ้าต่อผู้อื่น คุณมีความสุขลูกของฉัน!
คุณได้รับพระพรฝ่ายวิญญาณทุกอย่างในพระเยซูคริสต์ สาธุ!

ประจักษ์พยานถึงคุณค่าของพรจากบิดา

ฉันเปลี่ยนไปเพราะพรของพ่อ
ตั้งแต่เกิดมาไม่เคยได้ยินพระธรรมเทศนาเช่นนี้เลย
ฉันไม่เคยมีพ่อผู้ให้กำเนิดที่จะพูดถึงชีวิตของฉันจนถึงตอนนี้
พระเจ้าทรงใช้คุณ ริชาร์ด
เพื่อนำฉันไปสู่จุดที่ฉันต้องอธิษฐานและให้พ่อฝ่ายวิญญาณประกาศพรของพ่อที่มีต่อชีวิตฉัน เมื่อท่านให้พรจากพ่อสู่ลูก
ใจฉันก็อุ่นใจ ตอนนี้ฉันมีความสุขและมีความสุข – บาทหลวง
Wycliffe Alumasa ประเทศเคนยา

มันเป็นการเดินทางที่ยาวนานและยากลำบากในการนำทางฉันผ่านภาวะซึมเศร้า การต่อสู้ต่อสู้ในหลายด้าน – จิตใจ, วิญญาณ, ร่างกาย การรักษาอดีตของฉันกลายเป็นกุญแจสำคัญ
และไม่มีอะไรสำคัญไปกว่าการให้อภัยพ่อของฉัน
ไม่เพียงแต่สำหรับสิ่งเลวร้ายที่เขาเคยทำในอดีตเท่านั้น
แต่ยังรวมถึงสิ่งที่เขาไม่ได้ทำอีกด้วย นั่นคือการละเว้นของเขา
พ่อไม่เคยบอกรักฉันเลย เขามีบล็อกทางอารมณ์
เขาไม่สามารถหาคำแสดงความรัก ความห่วงใย
และอารมณ์ที่จะพูดได้
แม้ว่าจิตวิญญาณของฉันจะอยากได้ยินคำเหล่านั้นก็ตาม

ในขณะที่ผ่านการให้อภัยและการเดินทางเพื่อเยียวยาจิตใจ
ความหดหู่ของฉันได้บรรเทาลง
ฉันยังคงมีอาการทางร่างกายบางอย่าง
ซึ่งอาการที่ใหญ่ที่สุดคืออาการลำไส้แปรปรวน
ฉันได้รับยาและการควบคุมอาหารจากแพทย์แต่ได้ผลเพียงเล็กน้อย ซึ่งฉันได้รับคำสั่งให้จัดการกับอาการ แทนที่จะให้ยารักษา

ริชาร์ด เพื่อนของฉันคนหนึ่งเล่าเรื่องพรของบิดาให้ฉันฟัง
และผู้คนมีปฏิกิริยาอย่างไร
บางสิ่งบางอย่างในจิตวิญญาณของฉันจับความคิด
ฉันตระหนักว่าแม้ฉันจะยกโทษให้พ่อสำหรับช่องว่างที่เขาทิ้งไว้
แต่ฉันไม่ได้เติมเต็มช่องว่างหรือสนองความอยากของจิตวิญญาณ

และมันก็เกิดขึ้น เช้าวันหนึ่งในร้านกาแฟ
ระหว่างรับประทานอาหารเช้า
ริชาร์ดสวมรองเท้าที่พ่อใส่ไม่ได้และอวยพรให้ฉันเป็นลูกชาย
พระวิญญาณบริสุทธิ์ลงมาบนฉันและสถิตอยู่กับฉันตลอดทั้งวันนั้น
มันเป็นประสบการณ์ที่สวยงามและส่วนหนึ่งของจิตวิญญาณของฉันที่ร้องไห้ออกมาก็สงบสุข

ผลลัพธ์ที่ไม่คาดคิดคืออาการลำไส้แปรปรวนของฉันหยุดลงโดยสิ้นเชิง ยาของฉันและอาหารของแพทย์ถูกโยนออกไป
เมื่อวิญญาณของข้าพเจ้าได้รับสิ่งที่ปรารถนา
ร่างกายของข้าพเจ้าก็หายเป็นปกติด้วย – ไรอัน

ฉันพูดและอ่าน 'พรของพระบิดา' เหนือตัวฉันเอง
ฉันพูดไม่ออก
ฉันเอาแต่ร้องไห้และร้องไห้และรู้สึกว่าพระเจ้ากำลังรักษาฉัน
พ่อของฉันเองเอาแต่ด่าฉันและพูดจาดูถูกฉันจนกระทั่งเขาตาย
ฉันรู้สึกได้รับการปลดปล่อย – แมนดี้

พรของพระบิดามีผลกระทบอย่างมากในทุกที่ที่ฉันพูด
ท่านสามารถอ่านประจักษ์พยานต่างๆ ได้ที่
www.richardbruntonministries.org/testimonies
และชมวีดิทัศน์เรื่อง The Father's Blessing ได้ที่
www.richardbruntonministries.org/resources

อวยพรผู้อื่นโดยการปล่อยผู้เผยพระวจนะ

แม้ว่าฉันได้ยกตัวอย่างเพื่อช่วยให้คุณเริ่มต้นได้
แต่ก็เป็นการดีที่จะขอให้พระวิญญาณบริสุทธิ์ช่วยให้คุณเป็นเหมือนพระโอษฐ์ของพระเจ้า
ประกาศและปลดปล่อยความตั้งใจเฉพาะของพระเจ้าหรือ
'คำพูดตามฤดูกาล' (คำพูดที่ถูกต้องในเวลาที่เหมาะสม)
หากสถานการณ์เอื้ออำนวย
ให้กระตุ้นจิตวิญญาณของคุณด้วยการอธิษฐานเป็นภาษาแปลกๆ
หรือการนมัสการ

คุณอาจเริ่มต้นด้วยการใช้แบบจำลองต่างๆ ข้างต้น
แต่จงวางใจว่าพระวิญญาณบริสุทธิ์จะทรงนำคุณ

ฟังการเต้นของหัวใจของเขา คุณอาจเริ่มอย่างชะงัก
แต่ในไม่ช้า คุณจะจับใจพระเจ้า

อวยพรสถานที่ทำงานของคุณ

ย้อนกลับไปที่ส่วนที่ 1
และปรับตัวอย่างที่ฉันให้จากประสบการณ์ของฉันเองให้เข้ากับสถานการณ์ของคุณ เปิดรับสิ่งที่พระเจ้าสำแดงแก่คุณ - พระองค์อาจปรับมุมมองของคุณ
การอวยพรไม่ใช่เวทมนตร์คาถา ตัวอย่างเช่น
พระเจ้าจะไม่ให้ผู้คนซื้อสิ่งที่พวกเขาไม่ต้องการหรือไม่ต้องการ พระเจ้าจะไม่อวยพรความเกียจคร้านและความไม่ซื่อสัตย์
แต่ถ้าคุณทำตามเงื่อนไขของพระองค์
คุณก็ควรอวยพรธุรกิจของคุณว่าพระเจ้าจะช่วยคุณนำธุรกิจจากที่ที่เป็นอยู่ตอนนี้ไปสู่ที่ที่พระองค์ต้องการให้เป็น
ฟังคำแนะนำของพระองค์หรือคำแนะนำของคนที่พระองค์ส่งมาให้คุณ เปิดใจ
แต่จงคาดหวังความโปรดปรานจากพระองค์ด้วยเพราะพระองค์ทรงรักคุณและต้องการให้คุณประสบความสำเร็จ

ฉันได้รับประจักษ์พยานต่อไปนี้จาก Ben Fox:

งานเฉพาะของฉันในอุตสาหกรรมอสังหาริมทรัพย์มีการเปลี่ยนแปลงในช่วงไม่กี่ปีที่ผ่านมา
และธุรกิจของฉันก็ตกต่ำอย่างมาก
ฉันไปหาคนหลายคนเพื่ออธิษฐานเผื่องานของฉันเพราะภาระงานของฉันลดลงจนถึงจุดที่ฉันรู้สึกกังวลและกระวนกระวายใจ

ในช่วงเวลาเดียวกัน ต้นปี 2015
ผมได้ยินคุณบรันตันเทศนาชุดข้อความเกี่ยวกับการให้พรแก่งาน ธุรกิจ ครอบครัว และด้านอื่นๆ จนถึงเวลานั้น

จุดมุ่งหมายของคำอธิษฐานของฉันคือการขอให้พระเจ้าช่วยฉันในด้านเหล่านี้
ความคิดที่ว่าตัวเราพูดคำอวยพรไม่เคยสอนฉัน แต่ตอนนี้ฉันเห็นได้ว่ามีเขียนไว้ทั่วพระคัมภีร์ และฉันรู้ว่าพระเจ้าทรงเรียกเราและมอบอำนาจให้เราทำในนามของพระเยซู. ฉันจึงเริ่มอวยพรงานของฉัน พูดพระวจนะของพระเจ้าและขอบคุณพระเจ้าสำหรับเรื่องนี้ ฉันยังคงให้พรงานของฉันทุกเช้าและขอบคุณพระเจ้าสำหรับธุรกิจใหม่ โดยขอให้พระองค์ส่งลูกค้าที่ฉันสามารถช่วยได้

ในช่วงสิบสองเดือนต่อมา ปริมาณงานของฉันเพิ่มขึ้นอย่างมาก และตั้งแต่นั้นเป็นต้นมา บางครั้งฉันก็ลำบากใจที่จะจัดการกับปริมาณงานที่เข้ามา ฉันได้เรียนรู้ว่ามีวิธีที่จะรวมพระเจ้าไว้ในกระแสเรียกประจำวันของเรา และการอวยพรงานของเราเป็นส่วนหนึ่งของสิ่งที่พระเจ้าทรงเรียกให้เราทำ ฉันจึงให้เครดิตทั้งหมดแก่พระเจ้า ฉันยังเริ่มอัญเชิญพระวิญญาณบริสุทธิ์เข้ามาในวันทำงานของฉัน ขอสติปัญญาและความคิดสร้างสรรค์ โดยเฉพาะอย่างยิ่ง ฉันสังเกตเห็นว่าเมื่อฉันขอให้พระวิญญาณบริสุทธิ์ช่วยให้งานของฉันมีประสิทธิภาพ ฉันมักจะทำงานเสร็จก่อนเวลาที่คาดไว้

สำหรับฉันแล้วดูเหมือนว่าคำสอนเรื่องการให้พรและวิธีทำถูกลืมโดยคริสตจักรหลายแห่ง เนื่องจากคริสเตียนคนอื่น ๆ ที่ฉันพูดคุยด้วยไม่รู้เรื่องนี้
การอวยพรงานของฉันกลายเป็นกิจวัตรประจำวันไปแล้ว เช่นเดียวกับการให้พรผู้อื่น
ฉันยังเฝ้ารอด้วยความคาดหวังที่จะได้เห็นผลในผู้คนและสิ่งที่ฉันอวยพรเมื่อสอดคล้องกับพระวจนะของพระเจ้าและในพระนามของพระเยซู

อวยพรชุมชน

ฉันกำลังนึกถึงคริสตจักรหรือองค์กรที่คล้ายคลึงกันที่นี่ ซึ่งเป็นพรแก่ชุมชนที่คริสตจักรดำเนินกิจการอยู่

ผู้คนของ .... (ชุมชน)
เราอวยพรคุณในนามของพระเยซูให้รู้จักพระเจ้า
รู้จักพระประสงค์ของพระองค์สำหรับชีวิตคุณ
และรู้พระพรของพระองค์ที่มีต่อคุณแต่ละคน
ครอบครัวของคุณ และทุกสถานการณ์ของคุณ ชีวิต.

เราอวยพรทุกครัวเรือนใน .... (ชุมชน)
เราให้พรทุกการแต่งงานและเราให้พรความสัมพันธ์ระหว่างสมาชิกครอบครัวรุ่นต่างๆ

เราอวยพรสุขภาพและความมั่งคั่งของคุณ
เราอวยพรผลงานจากมือของคุณ
เราอวยพรทุกองค์กรที่ดีที่คุณมีส่วนร่วม
ขอให้พวกเขาเจริญรุ่งเรือง

เราอวยพรนักเรียนที่โรงเรียนของคุณ
เราอวยพรให้พวกเขาเรียนรู้และเข้าใจสิ่งที่พวกเขาสอน
ขอให้พวกเขาเติบโตในสติปัญญาและรูปร่างและเป็นที่ชื่นชอบของพระเจ้าและมนุษย์
เราอวยพรครูและอธิษฐานขอให้โรงเรียนเป็นสถานที่ที่ปลอดภัยและดี
ซึ่งสามารถสอนความเชื่อในพระเจ้าและพระเยซูได้อย่างสะดวกสบาย

เราพูดกับหัวใจของทุกคนที่อยู่ในชุมชนนี้
เราอวยพรให้พวกเขาเปิดรับการวิงวอนของพระวิญญาณบริสุ

ทธิ์และตอบสนองต่อสุรเสียงของพระเจ้ามากขึ้นเรื่อยๆ
เราอวยพรพวกเขาด้วยอาณาจักรแห่งสวรรค์ที่เราประสบที่นี่ที่
.... (คริสตจักร)

เห็นได้ชัดว่าพรประเภทนี้ควรได้รับการปรับแต่งสำหรับชุมชนเฉพาะประเภท หากเป็นชุมชนเกษตรกรรม
คุณอาจอวยพรที่ดินและสัตว์
หากเป็นชุมชนที่มีการว่างงานเป็นประจำ
ให้อวยพรธุรกิจในท้องถิ่นให้สร้างงาน
กำหนดเป้าหมายพรที่ต้องการ
ไม่ต้องกังวลว่าพวกเขาสมควรได้รับหรือไม่!
ผู้คนจะรู้สึกในใจว่าพรนั้นมาจากไหน

พรแผ่นดิน

ในพระธรรมเยเนซิศ
เราเห็นว่าพระเจ้าทรงอวยพระพรแก่มนุษย์
ประทานอำนาจเหนือแผ่นดินและสิ่งมีชีวิตทั้งปวง
และสั่งให้พวกเขามีลูกดกและเพิ่มจำนวนมากขึ้น
นี่คือลักษณะของความรุ่งโรจน์ดั้งเดิมของมนุษยชาติ

เมื่อเร็วๆ นี้ฉันอยู่ที่เคนยา
ฉันพบมิชชันนารีคนหนึ่งที่รับเด็กเร่ร่อนและสอนพวกเขาเกี่ยวกับการเกษตร
เขาเล่าให้ฉันฟังถึงเรื่องราวของชุมชนมุสลิมที่อ้างว่าดินแดนของพวกเขาถูกสาปเพราะไม่มีอะไรจะเติบโตบนนั้น
เพื่อนผู้สอนศาสนาของฉันและชุมชนชาวคริสต์ของเขาอวยพรให้แผ่นดินนี้อุดมสมบูรณ์
นี่เป็นการแสดงที่น่าทึ่งถึงพลังของพระเจ้าที่ปลดปล่อยออกมาโดยการให้พร

ขณะที่อยู่ในเคนยา ฉันยังเดินไปรอบ ๆ
สถานเลี้ยงเด็กกำพร้าที่คริสตจักรของเราให้การสนับสนุน
และให้พรแก่สวนผลไม้ สวนของพวกเขา จุกนมของพวกเขา
และวัวของพวกเขา
(ข้าพเจ้าได้ให้พรแก่ต้นไม้ที่ออกผลของตนด้วยผลอันใหญ่ยิ่ง)

Geoff Wiklund
บอกเล่าเรื่องราวของคริสตจักรในฟิลิปปินส์ที่ให้พรแก่ที่ดินขอ
งคริสตจักรท่ามกลางความแห้งแล้งอย่างรุนแรง
แผ่นดินของพวกเขาเป็นที่เดียวที่ได้รับฝน
ชาวนาเพื่อนบ้านมาตักน้ำเพื่อปลูกข้าวจากคูน้ำที่ล้อมรอบที่ดิน
โบสถ์
นี่เป็นการอัศจรรย์ที่น่าทึ่งอีกประการหนึ่งซึ่งความโปรดปราน
ของพระเจ้าได้รับการปลดปล่อยผ่านพระพร

อวยพรพระเจ้า

แม้ว่าฉันจะปล่อยให้สิ่งนี้คงอยู่ แต่จริงๆ แล้วควรมาก่อน
อย่างไรก็ตาม
เหตุผลที่ฉันใส่ไว้ท้ายสุดก็เพราะว่ามันดูไม่เหมาะกับต้นแบบข
อง
'การพูดถึงความตั้งใจหรือความโปรดปรานของพระเจ้าเหนือบ
างคนหรือบางสิ่ง' แต่เป็นแนวคิดของ 'การสร้างความสุข'

เราจะอวยพรพระเจ้าอย่างไร?
วิธีหนึ่งในการทำเช่นนี้แสดงให้เห็นในสดุดี 103:
จิตวิญญาณของข้าพเจ้าจงสรรเสริญพระเจ้า ...
และอย่าลืมผลประโยชน์ทั้งหมดของพระองค์...
พระเจ้ามีคุณประโยชน์อะไรต่อจิตวิญญาณของเรา
พระองค์ทรงให้อภัย รักษา ไถ่ สวมมงกุฎ พอใจ ต่ออายุ...

ฉันฝึกฝนที่จะระลึกถึงและขอบคุณพระเจ้าทุกวันสำหรับสิ่งที่พระองค์ทำในและผ่านฉัน
ฉันจดจำและซาบซึ้งทุกสิ่งที่พระองค์ทรงมีต่อฉัน
นี่เป็นพรแก่พระองค์และฉันด้วย!
คุณรู้สึกอย่างไรเมื่อเด็กขอบคุณหรือชื่นชมคุณสำหรับบางสิ่งที่คุณทำหรือพูด?
มันทำให้หัวใจของคุณอบอุ่นและทำให้คุณอยากทำเพื่อพวกเขามากขึ้น

คำพูดสุดท้ายจากผู้อ่าน

ยากที่จะอธิบายว่าพรเปลี่ยนชีวิตฉันอย่างไร
จากประสบการณ์สั้น ๆ ของฉันจนถึงตอนนี้
ไม่มีใครปฏิเสธการอวยพรเมื่อฉันเสนอที่จะให้ -
ฉันมีโอกาสให้พรชายมุสลิมด้วยซ้ำ
การเสนอการอธิษฐานขอพรเหนือชีวิตของบุคคลหนึ่งเป็นการเปิดประตู ...
เป็นวิธีที่เรียบง่ายและไม่เป็นอันตรายในการนำอาณาจักรของพระเจ้าเข้ามาในชีวิตของบุคคลหนึ่งในสถานการณ์หนึ่งๆ
สำหรับฉันแล้ว
การสามารถอธิษฐานขอพรได้เพิ่มเครื่องมือพิเศษให้กับชุดเครื่องมือทางจิตวิญญาณของฉัน...
มันเหมือนกับว่าส่วนหนึ่งของชีวิตฉันหายไปก่อนหน้านี้และตอนนี้ได้ถูกเสียบเข้าที่แล้ว... — Sandi

คำพูดสุดท้ายจากผู้เขียน

ฉันเชื่อว่าสิ่งนี้มาจากพระเจ้า:

คริสเตียน ถ้าคุณรู้เพียงสิทธิอำนาจที่คุณมีในพระเยซูคริสต์ คุณจะเปลี่ยนโลก

แอพพลิเคชั่น

นึกถึงใครบางคนที่ทำร้ายคุณ – ให้อภัยหากจำเป็น แต่จากนั้นไปต่อและอวยพรพวกเขา

พิจารณาสิ่งที่คุณพูดเป็นประจำเมื่อคุณสาปแช่งผู้อื่นหรือตัวคุณเอง คุณจะทำอย่างไรกับมัน?

เขียนคำอวยพรให้ตัวเอง คู่ครอง และลูก

พบปะกับบุคคลอื่นและเปิดใจที่จะพยากรณ์เกี่ยวกับพวกเขา ทูลขอพระเจ้าให้เปิดเผยบางสิ่งที่เฉพาะเจาะจงและให้กำลังใจแก่บุคคลนั้น เริ่มต้นด้วยการพูดคำทั่วไป เช่น 'ฉันอวยพรคุณในนามของพระเยซู ขอให้แผนการและจุดประสงค์ของพระเจ้าสำหรับชีวิตของคุณบรรลุผล...' และจงอดทนรอ จำไว้ว่าคุณมีจิตใจของพระคริสต์ จากนั้นสลับไปมา และให้อีกฝ่ายอวยพรคุณในเชิงพยากรณ์

ในคริสตจักรของคุณ ให้สร้างการอวยพรร่วมกันเพื่อเผยแพร่และเยียวยาภูมิภาคของคุณ หรืออวยพรพันธกิจที่คุณมีอยู่แล้ว

จะเป็นคริสเตียนได้อย่างไร

หนังสือเล่มเล็กนี้เขียนขึ้นสำหรับคริสเตียน สำหรับ 'คริสเตียน' ฉันไม่ได้หมายถึงคนที่มีชีวิตที่ดีเท่านั้น ฉันหมายถึงคนที่ 'บังเกิดใหม่' โดยพระวิญญาณของพระเจ้า ผู้รักและติดตามพระเยซูคริสต์

มนุษย์ถูกสร้างเป็นสามส่วน: จิตวิญญาณ จิตวิญญาณ และร่างกาย
ส่วนวิญญาณได้รับการออกแบบให้รู้จักและติดต่อกับพระเจ้าผู้บริสุทธิ์ผู้ทรงเป็นพระวิญญาณ
มนุษย์ถูกสร้างขึ้นเพื่อความใกล้ชิดกับพระเจ้า
วิญญาณต่อวิญญาณ อย่างไรก็ตาม
ความบาปของมนุษย์แยกเราออกจากพระเจ้า
ส่งผลให้วิญญาณของเราตายและสูญเสียความเป็นหนึ่งเดียวกับพระเจ้า

ดังนั้น
ผู้คนจึงมักทำงานนอกจิตวิญญาณและร่างกายของตนเท่านั้น
จิตวิญญาณประกอบด้วยสติปัญญา เจตจำนง และอารมณ์
ผลลัพธ์ของสิ่งนี้ปรากฏชัดเจนเกินไปในโลก: ความเห็นแก่ตัว ความจองหอง ความโลภ ความอดอยาก สงคราม
และการขาดสันติภาพและความหมายที่แท้จริง

แต่พระเจ้ามีแผนการที่จะไถ่มนุษย์
พระเจ้าพระบิดาได้ส่งพระบุตรของพระองค์ พระเยซู ซึ่งเป็นพระเจ้าเช่นกัน
มายังโลกในฐานะมนุษย์เพื่อแสดงให้เราเห็นว่าพระเจ้าเป็นอย่างไร - 'ถ้าคุณได้เห็นเรา คุณก็ได้เห็นพระบิดาแล้ว' -
และเพื่อรับผลที่ตามมาจากพระองค์เอง บาปของเรา

การสิ้นพระชนม์อันน่าสยดสยองของพระองค์บนไม้กางเขนมีการวางแผนไว้ตั้งแต่เริ่มแรกและมีการทำนายอย่างละเอียดในพระคัมภีร์เดิม พระองค์ทรงชดใช้บาปของมนุษย์ ความยุติธรรมของพระเจ้าเป็นที่พอใจ

แต่แล้วพระเจ้าก็ได้ชุบพระเยซูให้เป็นขึ้นมาจากความตาย พระเยซูสัญญาว่าผู้ที่เชื่อในพระองค์จะถูกชุบให้เป็นขึ้นมาจากความตายเพื่อใช้ชีวิตนิรันดร์กับพระองค์ ตอนนี้พระองค์ทรงประทานพระวิญญาณของพระองค์แก่เราเพื่อเป็นหลักประกัน เพื่อเราจะได้รู้จักพระองค์และดำเนินกับพระองค์ตลอดชีวิตที่เหลืออยู่บนโลกใบนี้

ดังนั้นเราจึงมีสาระสำคัญของพระกิตติคุณของพระเยซูคริสต์ หากคุณยอมรับและสารภาพบาปของคุณ หากคุณเชื่อว่าพระเยซูทรงรับโทษบนไม้กางเขนบนพระองค์เอง และพระองค์ทรงถูกชุบให้เป็นขึ้นมาจากความตาย ความชอบธรรมของพระองค์ก็จะถูกตำหนิสำหรับคุณ พระเจ้าจะส่งพระวิญญาณบริสุทธิ์มาสร้างวิญญาณมนุษย์ของคุณขึ้นใหม่ นั่นคือความหมายของการบังเกิดใหม่ และคุณจะสามารถเริ่มต้นรู้จักและสื่อสารกับพระเจ้าอย่างใกล้ชิด ซึ่งเป็นเหตุผลว่าทำไมพระองค์จึงสร้างคุณตั้งแต่แรก! เมื่อร่างกายของคุณตาย พระคริสต์จะทรงชุบคุณขึ้นและประทานพระสิริรุ่งโรจน์ที่ไม่เสื่อมสลายให้กับคุณ ว้าว!

ขณะที่คุณดำเนินต่อไปในโลกนี้ พระวิญญาณบริสุทธิ์ (ซึ่งเป็นพระเจ้าด้วย) จะทำงานในตัวคุณ (เพื่อชำระคุณให้สะอาดและทำให้คุณเป็นเหมือนพระเยซูมากขึ้น) และผ่านทางคุณ (เพื่อเป็นพรแก่ผู้อื่น)

ผู้ที่เลือกไม่รับสิ่งที่พระเยซูจ่ายไปจะต้องถูกพิพากษาพร้อมกับผลที่ตามมาทั้งหมด คุณไม่ต้องการสิ่งนั้น

นี่คือคำอธิษฐานที่คุณสามารถอธิษฐานได้
ถ้าคุณอธิษฐานด้วยความจริงใจ คุณจะเกิดใหม่อีกครั้ง

พระเจ้าที่รักในสวรรค์ ฉันมาหาคุณในนามของพระเยซู
ฉันยอมรับคุณว่าฉันเป็นคนบาป (สารภาพบาปทั้งหมดที่คุณรู้)
ฉันเสียใจจริงๆ
สำหรับบาปของฉันและชีวิตที่ฉันอยู่โดยไม่มีคุณ
และฉันต้องการการให้อภัยจากคุณ

ฉันเชื่อว่าพระบุตรองค์เดียวของคุณ พระเยซูคริสต์
หลั่งพระโลหิตอันมีค่าของพระองค์บนไม้กางเขนและสิ้นพระชนม์เพื่อบาปของฉัน
และตอนนี้ฉันเต็มใจที่จะหันกลับจากบาปของฉัน

คุณกล่าวไว้ในพระคัมภีร์ (โรม 10:9)
ว่าถ้าเราประกาศว่าพระเยซูเป็นองค์พระผู้เป็นเจ้าและเชื่อในใจว่าพระเจ้าได้ชุบพระเยซูให้เป็นขึ้นมาจากความตาย
เราก็จะรอด

ตอนนี้ฉันยอมรับว่าพระเยซูเป็นพระเจ้าแห่งจิตวิญญาณของฉัน
ผมเชื่อว่าพระเจ้าได้ชุบพระเยซูให้เป็นขึ้นมาจากความตาย
ช่วงเวลานี้เองที่ฉันยอมรับพระเยซูคริสต์เป็นพระผู้ช่วยให้รอด
ส่วนตัวของฉัน และตามพระวจนะของพระองค์
ตอนนี้ฉันได้รับความรอดแล้ว
ขอบคุณพระเจ้าที่รักฉันมากจนยอมตายแทนฉัน
คุณน่าทึ่งมาก พระเยซู และฉันรักคุณ

บัดนี้ ข้าพระองค์ขอให้พระองค์ช่วยข้าพระองค์โดยพระวิญญาณให้เป็นคนที่พระองค์ประสงค์ให้ข้าพระองค์เป็นตั้งแต่ก่อนกาลเริ่มต้น

นำข้าพเจ้าไปหาเพื่อนร่วมความเชื่อและคริสตจักรที่ท่านเลือกเพื่อข้าพเจ้าจะได้เติบโตในพระองค์ ในนามพระเยซู อาเมน

ขอบคุณที่อ่านหนังสือเล็กๆ เล่มนี้

ข้าพเจ้ายินดีรับประจักษ์พยานว่าพรเปลี่ยนชีวิตท่านหรือชีวิตคนที่ท่านให้พรอย่างไร โปรดติดต่อฉันผ่านทาง:

richard.brunton134@gmail.com

เยี่ยมชม www.richardbruntonministries.org

www.ingramcontent.com/pod-product-compliance
Lightning Source LLC
Chambersburg PA
CBHW042130100526
44587CB00026B/4243
9781738614202